ĐẠO PHẬT
CON ĐƯỜNG GIÁO DỤC
TOÀN DIỆN

NGUYÊN SIÊU

# ĐẠO PHẬT
# CON ĐƯỜNG GIÁO DỤC
# TOÀN DIỆN

PHẬT VIỆT TÙNG THƯ
2024

**ĐẠO PHẬT,
CON ĐƯỜNG GIÁO DỤC TOÀN DIỆN**
BUDDHISM,
THE WAY OF COMPREHENSIVE EDUCATION

*Tác giả:* **Nguyên Siêu**
*Dịch Anh:* **Diệu Kim** và **Nguyên Đức**

Phật Việt Tùng Thư xuất bản, 2024

*Trình bày:* Tâm Quang
*Bìa:* Uyên Nguyên

ISBN: 979-8-3302-7647-9

© Tác giả và Phật Việt Tùng Thư giữ bản quyền.

# MỤC LỤC

- LỜI NÓI ĐẦU ................................................................. 7
- GIÁO DỤC NGƯỢC DÒNG NƯỚC XOÁY
  (KINH BỘC LƯU) ........................................................ 11
- GIÁO DỤC VÔ THƯỜNG AI RỒI CŨNG CHẾT
  (KINH TỔ MẪU) ......................................................... 21
- GIÁO DỤC SỰ THỈNH CẦU VÌ LỢI ÍCH CHÚNG SANH
  (KINH THỈNH CẦU) .................................................... 29
- GIÁO DỤC CHỚ PHỈ BÁNG NGƯỜI KHÁC
  (KINH PHỈ BÁNG) ...................................................... 39
- GIÁO DỤC CÀY RUỘNG TRONG THÁNH PHÁP LUẬT
  (KINH CÀY RUỘNG) .................................................. 45
- GIÁO DỤC HIẾU THẢO VỚI MẸ CHA
  (KINH NUÔI DƯỠNG MẸ) ......................................... 55
- GIÁO DỤC PHẬT TỬ CÓ NIỀM TIN BẤT HOẠI ............ 65
- NƠI TAM BẢO
  (KINH MAHANAMA) ................................................. 65
- GIÁO DỤC TỰ THÂN TÁC CHỨNG
  (KINH ĐỨC PHẬT) ..................................................... 73
- GIÁO DỤC SỰ HƯNG THỊNH CỦA MỘT QUỐC GIA
  (KINH HÒA HỢP CƯỜNG THỊNH) ............................ 79
- GIÁO DỤC TINH THẦN TỰ CHỦ,
  PHỤNG SỰ THA NHÂN, KHÔNG HẬN THÙ
  (KINH HÒA HỢP CƯỜNG THỊNH 2) ......................... 85

# LỜI NÓI ĐẦU

Con Đường Giáo Dục Toàn Diện của Đạo Phật là tinh thần Giáo Pháp hàng đầu được Đức Thế Tôn thuyết giảng cho mọi tầng lớp người trong xã hội, từ vua quan đến quần thần, vương tôn công tử. Từ các hàng Trưởng giả quý tộc, đến lớp người thành thị hay thôn quê. Giáo Pháp của Đức Phật giáo dục con người bình đẳng, không thiên vị, không bên trọng không bên khinh mà bất cứ ai vui lòng lãnh thọ Giáo Pháp, hành trì Giáo Pháp để hoàn thiện cho mình, tu tập cho người thì Đức Thế Tôn đều thuyết Pháp, khuyến tấn cho con người đó hoàn thành ba lãnh vực, thân làm thiện, miệng nói thiện, ý nghĩ thiện một cách tốt đẹp mà chứng đắc quả Thánh ngay trong đời hiện tại. Chúng ta có thể hiểu là con đường Giáo dục của Đức Như Lai luôn thích hợp với mọi trình độ, mọi căn cơ: khế lý, khế cơ, khế thời... của hội chúng.

Con đường giáo dục ấy, kẻ sát nhân trở thành người hiền nhân, người kỹ nữ giang hồ trở thành người đạo đức phụng cúng, con cháu có hiếu thảo với tổ tiên, ông bà, cha mẹ, người học trò, đệ tử có lòng trung thành và vâng lời thầy dạy... Nói chung tinh thần giáo pháp, giáo dục toàn diện được áp dụng cho con người trong xã hội từ thời Phật cho đến hôm nay và mãi đến tận tương lai vượt thời gian. Thời gian nào lời dạy của Phật cũng luôn có giá trị bất biến, luôn hướng thân lập mệnh cho con người hướng thượng trên quá trình tu chứng, xa lìa cái chấp ngã nhỏ nhen không thật. Người viết "Đạo Phật Con Đường Giáo Dục Toàn Diện" chỉ mới trích đôi lời giảng dạy của Đức Thế Tôn trong kinh tạng Pali mà thôi. Chỉ có đôi lời giới thiệu đến quý độc giả để có chút kinh nghiệm và biết rằng: "nước bốn biển chỉ có một vị duy nhất, đó là vị mặn. Giáo Pháp của Đức Như Lai chỉ có một hương vị duy nhất đó là hương vị giải thoát." Vậy nên, người viết kính xin trao tặng đôi lời trong kinh mà Đức Thế tôn đã giáo dục theo từng trường hợp để con người lấy đó làm bậc thềm hướng thượng, ước mong quý độc giả hãy nếm; nếm giọt hương giải thoát ngay trong cuộc sống này, ngay trên tự thân của chúng ta. Như trong phẩm, "Cây Lau" hay phẩm kinh "A Nan Nhất Dạ Hiền Giả" Đức Phật dạy:

*"Không tiếc nuối quá khứ*
*Không mơ ước tương lai*
*Chỉ sống với hiện tại*
*Người tiếc nuối quá khứ*
*Người mơ ước tương lại*
*Hạnh phúc đời khô héo*
*Như bông lau lìa cành."*

Chúng ta hãy tiếp tục nếm, để thẩm thấu hương vị giải thoát trong kinh Dammapadatthakatha, nói về phương pháp, tư cách của một vị vua có chính sách cai trị người dân bằng đạo đức thương yêu, hòa ái:

"Mười pháp của một nội các (chính phủ) tốt bởi dân, cho dân, và vì dân.

*Vua phải có độ lượng, thương người và bố thí.*
*Vua phải giữ giới, có kỷ cương đạo đức.*
*Vua phải hy sinh tất cả vì lợi ích cho người dân.*
*Vua phải có đức tính thẳng thắn, thành thật và liêm khiết.*
*Vua phải hiền từ, hòa ái.*
*Vua phải tập sống đời khổ hạnh, để không bị phóng túng sa đọa tham nhũng.*

*Vua không sân hận, thù hiềm.*
*Vua phải xây dựng nền hòa bình, chối bỏ chiến tranh và giữ tinh thần bất bạo động.*
*Vua phải nhẫn nhục mọi khó khăn, bị chỉ trích phải bình tĩnh.*
*Vua không chống lại ý muốn của dân, thuận theo ý dân nếu hợp pháp như luật định."*

Trên đây là hai giọt hương Giáo Pháp nhằm trao tặng cho người suốt cả một hành trình của cuộc sống. Dù hôm nay, con người ở nơi đây, hay mai kia mốt nọ, con người có thay đổi cuộc sống, môi trường, hoàn cảnh nhưng giáo pháp giải thoát thì muôn đời bất di dịch vì giáo pháp là chân lý, là một thực tại hiện hữu, như giáo pháp Tứ Thánh Đế: Khổ đế, Tập đế, Diệt đế, Đạo đế, mà Đức Thế Tôn đã dạy rằng: *"Đây là Khổ các con phải biết. Đây là Tập các con phải đoạn. Đây là Diệt các con phải chứng. Đây là Đạo các con phải tu."*

Những giọt hương giải thoát được nếm bởi chư thiên và con người. Bởi chúng sanh hữu tình và vô tình đều được an lành, hạnh phúc đời này và đời sau cả hai đời đều lợi lạc. Con đường giáo dục toàn diện, nội hàm là đây.

*Chùa Phật Đà*
*San Diego, California*
*Ngày 27 tháng 04 năm 2024*

**Thích Nguyên Siêu**

# GIÁO DỤC
# NGƯỢC DÒNG NƯỚC XOÁY
## (KINH BỘC LƯU)

Con người sống ở đời, bất cứ tầng lớp nào, dù vua quan, tể tướng triều đình, thi nhân, triết gia, học giả, hay bác nông phu, người ngư phủ chài lưới nắng xám mồ hôi, họ luôn có kinh nghiệm sống cho chính cái nghề của mình, và có kinh nghiệm qua cái nghề nuôi trọn đời mình đó – nhất nghệ tinh nhất thân vinh. Nhưng đây là kinh nghiệm việc làm, sự hoạt dụng của thế gian, ngõ hầu gặt hái được sự lợi ích cho tự thân, gia đình... mà xây dựng một đời phồn vinh hạnh phúc. Còn cái kinh nghiệm sống chết của sự tu tập người xuất trần đầu Phật thì sao? Có giống như cái kinh nghiệm của thế nhân. Cái kinh nghiệm thấy sao nói vậy, giải quyết tức thời, bằng một thứ tình cảm, nhất thời bộc phát, hay thâm trầm nhiều tháng năm đợi chờ trong thế giới nhị nguyên.

Trong Tương Ưng Bộ Kinh, Tập I.A (Bản Pali-Việt) Kinh Bộc Lưu nói như thế này:

"Một thời Thế Tôn ở Savatthi (Xá Vệ). Jetavana (Thắng Lâm) tại vườn ông Anathapindta (Cấp Cô Độc).

Rồi một vị Thiên, khi đêm đã dần tàn, với nhan sắc thù diệu, chói sáng toàn vùng Jetavana, đi đến Thế Tôn, sau khi đảnh lễ Thế Tôn rồi đứng một bên. Đứng một bên, vị Thiên ấy bạch Thế Tôn." Đây là đoạn kinh văn giáo đầu cho toàn bộ nội dung kinh. Đoạn kinh văn này đã biểu tỏ tinh thần giáo dục là con người phải biết có lễ phép; biết chào hỏi; biết giữ lấy phận mình đang ở đâu. Mình là ai. Người đối diện với mình là ai; phải có tâm kính trọng được thể hiện ra bên ngoài; phép lịch sự tối thiểu. Chứ không phải trong sự giao tiếp hằng ngày, mình gặp ai cũng giống như ai; gặp nhau rồi trố mắt nhìn mà không có phép lịch sự, xã giao, quí kính có thể là chắp tay chào, đứng dậy tỏ thái độ vui tươi. Dù là sự sinh hoạt gia đình, cha mẹ, con cái cũng phải thể hiện tinh thần giáo dục này: "Thưa Ba Mẹ, con đi học về. Mời Ba Mẹ dùng cơm với chúng con... Đây chính là tinh thần giáo dục: "Tiên học lễ hậu học văn" mà bất cứ nơi đâu, nếu muốn đời sống người có tôn ti trật tự, có tình có nghĩa thì phải giữ lấy cái học "công dân đức dục" này.

Vị Thiên đến, trước tiên là đảnh lễ đức Thế Tôn. Đảnh lễ đức Thế Tôn là tỏ lòng kính trọng, bậc tối tôn, tối quí; bậc Vô Thượng Chánh Đẳng Chánh Giác. Con cháu trong gia đình, chào hỏi ông bà, cha mẹ, là những bậc sanh thành dưỡng dục ra mình; mình cần phải biểu tỏ tinh thần hiếu thảo này. Đây là bổn phận trách nhiệm giáo dục tự thân, hay đánh thức chính mình. Sau khi đảnh lễ đức Thế Tôn rồi đứng qua một bên, hay ngồi xuống một bên, quì xuống một bên chắp tay trang nghiêm, rồi bạch đức Thế Tôn. Dung nghi ấy đã cho chúng ta thấy tấm lòng chân thành, dung mạo đoan trang. Từ ý nghĩ đến cử chỉ đều hiện bày rõ nét nhất tâm, chí thiết. Xong như thế đó, rồi mới thưa thỉnh đức Thế Tôn. Còn thông thường con người chúng ta, như ông bà nói: "Chưa đi đã chạy, chưa nói đã cười." Thiếu đi tinh thần tự trọng, đối với người đối diện. Do vậy mà chúng ta phải học, học tinh thần giáo dục này, để thân và tâm được đoan chánh, nội tâm và ngoại thân được hợp nhất với nhau, tạo thành một dáng dấp, hình hài có nghi, có lễ, có quí, có kính. Rồi vị Thiên bạch với đức Thế Tôn như thế này: "Thưa Tôn Giả, làm sao Ngài vượt qua bộc lưu."

Đức Phật trả lời:
"Không đứng lại, không bước tới, Ta vượt khỏi bộc lưu."

Vị Thiên hỏi tiếp:
"Làm sao không đứng lại, không bước tới, Ngài vượt khỏi bộc lưu?"

Đức Thế Tôn trả lời:
"Này Hiền giả, khi Ta đứng lại, thời Ta chìm xuống. Này Hiền giả, khi Ta bước tới, thời Ta trôi giạt; do vậy, này Hiền giả, không đứng lại, không bước tới, Ta vượt khỏi bộc lưu."

Ở đây chúng ta hiểu nghĩa của hai chữ "bộc lưu" là dòng nước xoáy, dòng nước cuộn ngầm. Dòng nước trên mặt thấy phẳng lờ, nhưng sâu thẳm dưới lòng nước thì cuồn cuộn sức xoáy mãnh liệt, nếu vật gì rơi vào trung tâm cuộn nước xoáy ấy sẽ bị cuốn hút, nhận chìm. Tinh thần giáo dục này, đức Thế Tôn dạy: 'Không đứng lại. Không bước tới." Đây là tinh thần giáo dục "Bất nhị." Không đứng lại, cũng không bước tới. Vì đứng lại hay còn có bước tới là còn bị hãm nịch trong cái tương đối, cái đối đãi, cái có năng, và có sở. Cái có ngã và có pháp, có ta và người. Cái "Ngã tướng. Cái nhơn tướng. Cái chúng sanh tướng. Cái thọ giả tướng." Trên tiến trình tu chứng, hành giả phải buông xả, đã không lầm chấp rồi mà còn phải thấy rõ thực chất của các pháp là không. Chơn không. Tánh không. Nhơn duyên không. Thật tướng không. Do vậy, bước tới là còn thấy có người bước tới và thấy có chỗ để bước tới. Đứng lại cũng vậy, còn thấy có người đứng và có chỗ để đứng, rơi vào phạm trù nhị nguyên đã đành mà còn bị dính mắc, trói buộc trong tự ngã và ngã sở. Vì ngũ uẩn không có tự ngã. Nếu chỉ đơn thuần là sắc, thì sắc không thể đứng lại, cũng không thể bước tới. Thọ, tưởng, hành, thức cũng vậy. Từ đó, chúng ta thấy rõ ràng là vô ngã. Đã vô ngã thì lấy cái gì để đứng lại và lấy cái gì để bước tới. Nếu có cũng chỉ là giả danh mà có, chứ không phải thực có. Vậy cái năng đã không thực có, thì làm sao có cái sở thực có được. Cái sở là bộc lưu. Cũng không luôn. Năng không. Sở không, thì đâu có cái đứng lại và cái bước tới. Vượt thoát cái lưới nhị nguyên – đôi bờ. Ấy là cái thù diệu của giáo pháp, cái chứng đắc của bậc thánh không hai mà cũng không một. Được vậy mới không bị dòng bộc lưu nhận chìm. Như đã nói ở trên, tu như thế nào để không còn thấy có tướng ngã, tướng nhơn, tướng chúng sanh, tướng thọ giả, được như vậy thì sẽ không bị dòng bộc lưu nhận chìm, ngoài ra sẽ bị nhận chìm hết vì còn thấy bốn tướng đó. Dòng đời như một dòng sông, cứ trôi chảy và cứ lặn hụp. Dòng đời ấy có nhiều hương thơm và vị ngọt; có nhiều hoạn nạn và khổ đau; có nhiều giàu sang và nghèo khó... Con người sống không rơi vào lãnh vực này thì cũng rớt vào lãnh vực nọ. Dòng đời như một dòng sông có đủ nước trong và nước đục, có đủ lúc lên ghềnh, xuống thác, có lúc êm đềm trong mát, nên thơ, nhưng cũng có lúc sóng dậy ba đào nhận chìm tất cả. Con người sống trong dòng đời ấy, nào danh văn lợi lộc; nào quyền quí cao sang; nào tiếng tăm chức tước; hay bản ngã và cái tôi. Nếu cái tôi không được đáp ứng, cái sở thuộc của tôi mất đi thì buồn, thì hận, thì oán, thì trách, đau thương tủi hờn... ấy là bị dòng sông nhơn ngã, danh lợi nhận chìm, hay dòng sông ngũ dục: tài, sắc, danh, thực, thùy nhận chìm. Do vậy, cuộc sống con người rất lao lung, vì do ngũ dục ấy mà ba chìm bảy nổi chín lênh đênh. Khi ở đầu ghềnh, lại có lúc nơi cuối bãi, áo rách tả tơi, đầu bù tóc rối, lang thang một kiếp luân hồi. Như lời ta thán của nhà thơ Vũ Hoàng Chương:

*"Trông ra bến hoặc bờ mê*
*Ngàn thu nửa chớp bốn bề một phương*
*Ta van cát bụi bên đường*
*Dù nhơ dù sạch đừng vương gót này*
*Để ta tròn một kiếp say."*

Hay là:
*"Trải qua một cuộc bể dâu*
*Những điều trông thấy mà đau đớn lòng."*
Truyện Kiều – Thi hào Nguyễn Du.

Hoặc nữa:
*"Gót danh lợi bùn pha sắc xám*
*Mặt phong trần nắng nám mùi dâu."*

Thực trạng của dòng đời là vậy, nên nơi đây, kinh Bộc Lưu cho một kinh nghiệm sống; một kinh nghiệm tu tập; một kinh nghiệm thực chứng là không hệ lụy với hình danh sắc tướng – không đứng lại, không bước tới, Thế Tôn vượt khỏi bộc lưu.

Rồi vị Thiên nói tiếp, qua nội dung kệ tụng:
*"Từ lâu, con mới thấy*
*Bà la môn tịch tịnh*
*Không đứng, không bước tới*
*Vượt chấp trước ở đời."*

Từ lâu, quả thật từ lâu. Từ lâu từ bảy đời chư Phật trong quá khứ: Tỳ Bà Thi Phật, Thi Khí Phật, Tỳ Xá Phù Phật, Câu Lưu Tôn Phật, Câu Na Hàm Mâu Ni Phật, Ca Diếp Phật, đến Thích Ca Mâu Ni Phật, đức Thế Tôn hôm nay, bây giờ chúng ta mới đọc kinh Bộc Lưu để thấy tinh thần giáo dục toàn diện; giáo dục con người; tu để thăng tiến trên lộ trình giải thoát mà lộ trình ấy là trung đạo. Một lộ trình mà không thiên vào hai cực đoan khổ hạnh ép xác và thọ lạc hưởng thụ. Hai cực đoan này chỉ mang đến cho con người sự khổ đau, sầu muộn và diệt vong. Còn đối với ai có một tâm hồn tịch tịnh, biết rũ bỏ, không cố chấp, biết buông thả, không trói buộc, thì vị đó không đứng, không bước tới, vượt thoát ra tất cả sự chấp trước, dích mắc vướng bận ở đời. Vị đó là Phật. Là Thế Tôn. Là bậc Chánh Biến Tri. Bậc ly dục, tịch tịnh.

Muốn không đứng lại. Không chìm. Muốn không bước tới. Không chìm, phải có phương pháp nào, điều kiện gì? Nơi đây, để làm sáng tỏ tinh thần giáo dục toàn diện này, chúng ta đọc tiếp bài kệ tụng để thấy lời hỏi của vị Thiên và sự trả lời của đức Thế Tôn:

*"Phải cắt đoạn bao nhiêu?*
*Phải từ bỏ bao nhiêu?*
*Tu tập thêm bao nhiêu?*
*Phải vượt qua bao nhiêu?*
*Để được có danh xưng*
*Tỳ kheo vượt bộc lưu."*

Theo thế thường, con người muốn vượt dòng nước xoáy, con người phải có phương tiện là chiếc bè để bơi, là sợi dây để buộc, là tay bơi lội giỏi, có kinh nghiệm là chiếc cầu để đi qua... Ấy là cách vận dụng theo cách tự chế của con người, nhờ vậy mà vượt qua được dòng nước xoáy, đến bờ bên kia được bình an. Đây là cái trí của con người thế gian, là mưu lược của đời. Nhờ trí và mưu lược này, mà con người có được cuộc sống bình an, yên ổn. Khả năng, kiến thức con người chinh phục thiên nhiên, thay thế thần linh để làm nên tất cả. Từ nền văn minh tiến bộ của con người, kỹ thuật khoa học, kiến thức học đường, phát minh, tìm tòi những thế giới còn phủ kín trong thế giới ba ngàn này. Nhưng con người vẫn chưa chinh phục được với chính mình, dù con người có phần nào đã chinh phục thiên nhiên, lấy nước mặn làm thành nước ngọt, xẻ núi, lấp biển làm đường giao thông, hay xa hơn nữa là chinh phục không gian, phi thuyền đáp xuống mặt trăng... dù vậy, con người chưa thể khuất phục dục vọng của tâm, ước muốn của ý, và sự lầm nhận biến thiên của thức – thấy sợi dây trong đêm lầm cho là con rắn.

Theo lời hỏi của vị Thiên ở trên – cắt đoạn, từ bỏ, tu tập, vượt qua bao nhiêu, để được danh xưng là vượt bộc lưu, không bị dòng nước xoáy nhận chìm, cuốn trôi.

Đức Thế Tôn dạy:

*"Phải cắt đoạn đến năm
Phải từ bỏ đến năm
Tu tập thêm năm pháp
Để được có danh xưng
Tỳ kheo vượt bộc lưu."*

Trong tinh thần giáo dục của đạo Phật là con người phải nghiêm khắc với chính con người. Phải tự nguyện, gìn giữ, tuân thủ với chính con người. Vì đức Phật đã từng tuyên thuyết: "Như Lai chỉ là Bậc Đạo Sư." Như Lai luôn tôn trọng giá trị tu tập của con người một cách tuyệt đối. Tất cả con người đều có Phật tánh – tánh giác ngộ. Con người đã có tánh giác ngộ, thì tại sao phải ép buộc, phải dùng sức mạnh của thần linh cưỡng bức. Đây là tinh thần giáo dục tự chủ, độc lập không nô lệ. Tự mình phải đứng lên và đi tới bằng đôi chân của chính mình. Muốn đứng lên và đi bằng đôi chân của chính mình, mà không vay mượn đôi chân ai, đôi nạng gỗ của ai, đôi bàn tay thần linh phù phép nào. Đó chính là phải cắt đoạn, phải từ bỏ, phải tu tập, phải vượt qua... thì mới có danh xưng là vượt dòng cuồng lưu. Vậy dòng cuồng lưu ở đây, chính là: Dục bộc lưu. Hữu bộc lưu. Kiến bộc lưu. Vô minh bộc lưu.

**Dục bộc lưu:**

Dòng nước xoáy của tham dục, của ước muốn bất thiện, của cái tham không đáy, của cái muốn quá nhiều, cái muốn không biết đủ, cái muốn quá trớn không kiềm chế lại mình. Cái muốn vô độ như vậy, thì lấy ai có khả năng để mà đáp ứng cái dục vô độ của mình cho được. Vậy muốn gặt hái thành quả của sự tu tập thì phải biết đủ – tri túc, đừng buông thả cái dục ấy chạy nhảy tứ tung, phải nhốt cái dục lại, phải cột cái dục lại, phải hạn chế cái dục lại. Muốn quá nhiều, mà không đủ – nhơn dục vô nhai. Túi tham không đáy. Có rồi lại muốn có nữa. Hơn người ta rồi, lại muốn hơn thêm. Con người đắm chìm trong cái dục này. Do vậy, bị dòng nước xoáy của dục, dòng nước ngầm, cuồng lưu cuốn trôi – Dục vị. Dục hoạn. Dục Xuất yếu. Kinh nghiệm mùi vị của dục. Khổ đau đầy mình vì dục. Con đường để ra khỏi dục. Mùi vị của dục. Hoạn nạn của dục. Ách yếu là ra khỏi dục. Ra khỏi mùi vị của dục, và hoạn nạn của dục. Vị ngọt của dục buông bỏ, vị đắng cay, hoạn nạn của dục cũng buông bỏ luôn, gọi là dục xuất yếu. Có buông bỏ được không, khi mà con người quá say đắm, lao vào để nếm vị dục ấy. Vị ngọt của dục nếm đã đành mà vị đắng, vị hoạn nạn của dục cũng nếm luôn. Do vậy mà bị dòng cuồng lưu nhận chìm.

**Hữu bộc lưu:**

Dòng cuồng lưu của sự hiện hữu. Của sự vật được tác thành, của sự chấp có sở hữu. Vì sự chấp có sở hữu phát sinh sự chấp thủ, gìn giữ, buộc chặt cho mình, của tôi, không phải của anh, không phải của em, không phải của người, từ đó phát sanh ra hữu lậu – phiền não. Mỗi khi đã phiền não, hẳn nhiên không phải là hạnh phúc, không có sự bình an trong tâm hồn, bình an trong cuộc sống. Bình an trong lý tưởng để thăng hoa thánh thiện. Thăng hoa một chân trời cao rộng. Thăng hoa một chân trời chỉ có hoa thơm, cỏ lạ, chim hót, suối reo trong niềm tịnh lạc. Một trời phiền não thì lấy đâu để tìm ra sự tịch tịnh của tâm hồn, mà không có sự yên tĩnh của tâm hồn, thì tìm đâu ra sự giải thoát bây giờ – Hiện tại lạc trú. Nên hữu bộc lưu là dòng nước xoáy, cuồng lưu của phiền não. Phiền não càng nhiều thì dòng cuồng lưu càng mạnh, nhận chìm tất cả. Nhận chìm một đời, nhận chìm hai đời, nhận chìm đời này và đời sau. Hai đời đều bị nhận chìm. Biết vậy, hãy chấm dứt hữu bộc lưu. Hãy chặt đứt. Hãy đốt cháy. Hãy dập tắt hữu bộc lưu – Hữu lậu.

**Kiến bộc lưu:**

Dòng nước xoáy của kiến chấp. Cái thấy lệch lạc. Cái thấy một bên. Cái thấy đối nghịch lại với chánh kiến – cái thấy đúng. Cái thấy có trí tuệ vô lậu. Cái thấy đúng sự thật của sự vật. Cái thấy như chánh pháp.

Kiến bộc lưu là một đề tài gây ra bao nhiêu sự tranh cãi. Như người mù rờ voi. Người rờ trúng cái chân thì cho rằng con voi như cái cột nhà. Người rờ trúng cái tai thì cho rằng con voi như cái quạt. Người rờ trúng cái bụng thì cho rằng con voi như cái trống... Dù cột nhà, dù cái cột, dù cái trống... thì chỉ là một bộ phận của con voi đối với tổng thể mà thôi. Nhưng ở đời này bằng cái thấy phiến diện, chủ quan đó, mấy ai chịu suy xét lại, cứ chấp thủ rằng cái thấy của mình là đúng, còn người khác là sai. Chính vì cái thấy tà kiến, ác kiến, biên kiến, kiến thủ... mà sinh ra không biết bao nhiêu luận thuyết, quan điểm, chủ trương... trên cuộc đời này. Mình có thể chết để bảo vệ luận thuyết, chủ trương của mình, chứ không thể chịu thua hoặc là bị đẩy lùi bởi đối phương. Dòng cuồng lưu của thiên kiến nhận chìm tất cả mọi chủ trương, học thuyết, trên đời nếu chủ trương học thuyết ấy không đúng chánh pháp. Chánh pháp ấy là Chánh kiến, Chánh tư duy, Chánh ngữ, Chánh nghiệp, Chánh mạng, Chánh tinh tấn, Chánh định.

**Vô minh bộc lưu:**

Dòng nước xoáy không có trí tuệ vô lậu. Không có trí tuệ giác ngộ. Không có trí tuệ để liễu tri Tứ Diệu Đế – Đây là Khổ, các người phải biết. Đây là Tập, các người phải đoạn. Đây là Đạo, các người phải tu. Đây là Diệt, các người phải chứng. Không tu và không chứng Tứ Thánh Đế gọi là vô minh bộc lưu.

Con người có nhiều thứ vô minh theo quan điểm thế gian. Biết ớt là cay mà cứ ăn cho xé miệng. Biết cà-rem là lạnh mà vẫn cắn để hư răng. Và biết nhìn vào i-phone nhiều là mờ mắt mà vẫn không rời khỏi i-phone... Nhiều cái vô minh kỳ lạ, nhưng vẫn không có minh để dập tắt vô minh. Chính vậy mà dòng xoáy vô minh nhận chìm tất cả. Từ những chủ trương giai cấp người – vô minh. Nô lệ người – vô minh. Nhân danh, hay chủ nghĩa – vô minh. Chính vì cái vô minh này, mà con người luôn lặn hụp trong dòng sinh tử. Do vậy mà đức Phật dạy, cắt đoạn đến năm, từ bỏ đến năm. Tu tập năm pháp. Vượt qua năm pháp. Được vậy, mới xứng danh là kẻ vượt bộc lưu. Năm ấy là: Tham, sân, hôn trầm thùy miên, trạo hối, nghi.

Đạo Phật – Tinh thần giáo dục qua kinh tạng Pali là vậy đó. Một tinh thần giáo dục thực tiễn. Giáo dục cái nhơn, ngang bằng với cái quả. Tinh thần giáo dục của đạo Phật là xây dựng cho con người hướng thân lập mệnh trên tiến trình ba phạm trù đều thiện: thân thiện, miệng thiện, tâm thiện, hay đầu thiện, giữa thiện, cuối thiện.

Trước tiên là giáo dục con người biết lễ phép, chào hỏi, thưa trình, biết ngôi bậc thứ lớp. Giáo dục để biết bổn phận của mình là con, để biết bổn phận của mình là cha mẹ, là Thầy Tổ, làng nước, quốc gia, xã hội, đâu đó rõ ràng mà giữ lấy đúng cách.

Con người phải học theo tinh thần giáo dục của đạo Phật. Nếu là con người sống trong xã hội thì phải làm các việc tốt, lợi ích cho kẻ khác. Phải biết thương yêu, quí kính lẫn nhau. Con có hiếu thảo với Mẹ Cha. Trò có trung thành với Thầy Tổ... giữ phận mình, biết mình đang ở đâu, trên dưới lễ nghĩa, phân minh rạch ròi. Còn là người tu tập thì như lời Phật, y cứ như thế mà phụng trì, chắc chắn sẽ qua bờ bên kia. Ấy là khuôn vàng thước ngọc mà Đạo Phật – Con đường giáo dục toàn diện đã biểu hiện.

# GIÁO DỤC
# VÔ THƯỜNG AI RỒI CŨNG CHẾT
# (KINH TỔ MẪU)

Sự sống chết trên thế gian này, ấy là điều tự nhiên, dĩ nhiên, hẳn nhiên, hay mặc nhiên là như vậy. Thế thường mình nghĩ đơn giản và cũng thường nghe ngắn gọn, là có sống thì phải có chết. Có sinh ra thì phải có mất đi. Giản lược là như vậy. Nhưng xin thưa, trên thực tế thì nó không đơn giản như vậy. Con người sinh ra là cưu mang cả một chuỗi nhân duyên trùng trùng vô tận, chúng dính mắc với nhau từng móc xích này đến móc xích khác, chứ đâu có đơn giản mà sinh ra. Đâu có đơn giản mà chết đi. Bao nhiêu người đã sống. Bao nhiêu người đã chết, nhưng có mấy ai định nghĩa thế nào là sống, và định nghĩa thế nào là chết. Sự sống và sự chết có đánh đổi cái gì được không? Mình thương ai thì muốn người ấy sống, rồi mình ghét ai thì muốn người ấy chết đi. Đâu theo ý mình được và không quá dễ dàng như vậy. Cho đến không quá dễ dàng giao mạng mình cho thần linh hay thượng đế xét xử để được sống hay chết. Theo ý nghĩa này, tinh thần giáo dục của đạo Phật thì sao? Kinh Tổ Mẫu, Phật thuyết:

"Nhân duyên ở Savathi.

Thế Tôn nói với vua Pasenadi nước Kosala đang ngồi một

bên: 'Đại Vương đi từ đâu lại, giữa trưa thế này?'

- Bạch Thế Tôn, Tổ mẫu của con mạng chung, già nua, tuổi tác đã đến tuổi trưởng thượng, đã đạt đến tuổi thọ, đã mạng chung được 120 tuổi."

Được Đức Thế Tôn hỏi, vua Pasenadi nước Kosala trả lời rất chân thật, chí tình, chí thiết, như là tuổi thọ của một con người – Tổ mẫu, ngoại hạng, sống đến 120 tuổi không phải dễ có. Tuy có nhưng rất hiếm hoi. Tổ mẫu của vua Pasenadi đã có thể đạt được trong sự hiếm hoi ấy, từ đó chúng ta thầm nghĩ rằng tổ mẫu của vua trong lúc sinh tiền, nghiêm túc giữ giới thứ nhất là không sát hại chúng sanh, mà còn cho sự sống đến với mọi loài sinh động vật nữa là khác. Nhờ không giết hại sinh vật, mà còn cho sự sống, bảo vệ sự sống, nên được cái quả là trường thọ. Đây chính là sự giáo dục của đạo Phật, qua giới luật, điều thứ nhất là không giết hại chúng sanh. Sự giáo dục này, đem lại đời sống con người được an lành, hạnh phúc. Tự thân mình ít bịnh và khỏe mạnh. Đồng thời cũng là thiết lập một nhân sinh thanh bình thịnh trị, vì không có sự hận thù, oán đối, tương tranh, máu phải trả bằng máu, thịt phải trả bằng thịt, mà xem nhau như anh em một nhà, chớ giết, chớ bảo giết. Một tinh thần giáo dục hòa bình, không làm xương rơi máu đổ. Một tinh thần giáo dục tuyệt vời, vượt thoát hơn tất cả mọi quan niệm, đạo đức, lễ nghi, chủ trương và nhân danh... Vật dưỡng nhân là một quan niệm đồi bại, thiếu văn hóa. Văn hóa Tây phương biết bảo vệ môi sinh, biết ăn chay rau cỏ, phần lớn vì sức khỏe, và tiết giảm sự giết hại. Tôn trọng sự sống của các loài động vật, nên chúng gần gũi với người, không sợ hãi, không tránh xa. Một thế giới tương duyên tương sinh, để tồn tại. Lời kinh văn được nói:

"Bạch Thế Tôn, con rất ái luyến và quí mến tổ mẫu. Bạch Thế Tôn, nếu con được cho một voi báu, để tổ mẫu con khỏi chết. Con sẽ cho voi báu để tổ mẫu con khỏi chết. Con sẽ cho ngựa báu để tổ mẫu con khỏi chết. Bạch Thế Tôn, nếu con được cho một thôn làng tốt đẹp để tổ mẫu con khỏi chết. Bạch Thế Tôn, nếu con có thể cho một quốc độ, để tổ mẫu con khỏi chết, con sẽ cho quốc độ để tổ mẫu con khỏi chết.

- Tất cả chúng sanh, thưa Đại Vương, đều phải chết, đều kết thúc trong sự chết, đều không vượt qua sự chết."

Sự chết là một tiến trình luôn có mặt trong mọi sự vật, là hữu tình, là vô tình, là thực vật, là khoáng vật... là hữu hình, là vô hình mắt người không thấy, tất cả đều phải chết. Dù vua Pasenadi có cho gì gì đi nữa, để cầu mong cho Tổ mẫu được sống thì vẫn vô vọng, không tưởng. Sự giáo dục này chỉ bày cho con người thấy thân người không thật bền chắc, không thật có lâu dài, không có thật vĩnh viễn, nhưng phần lớn con người không nghĩ tới, một ngày nào đó mình sẽ nằm hoài mà không ngồi, nằm cho đến khi tan hết thịt da, rồi cho tới khi tan hết gân xương. Hình hài biến dạng, và không còn gì là của mình nữa. Tinh thần giáo dục này đánh thức con người phi thức tỉnh, phải chiêm nghiệm, suy tư dòng chảy của thời gian, nó sẽ tàn phá tất cả. Phải chiêm nghiệm, sự sinh già bệnh chết là định luật tất yếu cho tất cả, không một mảy may nào có thể lọt được cái lưới này. Tinh thần giáo dục đánh thức này, để cho con người thấy được sự thực yếu đuối của thân mình, đời sống của mình, của sự liên hệ dòng tộc, huyết thống của mình... mà biết tu nhơn tích đức, ăn hiền ở lành, biết thương yêu mọi người nhiều hơn, giúp đỡ nhiều hơn. "Một miếng khi đói, bằng một gói khi no." Hay, "Nhiễu điều phủ lấy giá gương. Người trong một nước phải thương nhau cùng." Hoặc là "Bầu ơi thương lấy bí cùng. Tuy rằng khác giống nhưng chung một giàn." Nếu con người biết sử dụng thinh thần giáo dục tử sinh này một cách thích hợp cho từng hiện trạng của mỗi chặng đường sống, thì quả thật đời sống con người có giá trị cao, và hữu ích. Vì mình cảm nhận một cách thích đáng rằng, hôm nay mình có thể có tất cả, nhưng rồi ngày mai kia mình sẽ không có tất cả. Trước tiên thân ngũ uẩn không sinh hoạt nữa, nằm yên bất động. Thân ngũ uẩn không còn nghe, không còn thấy, không còn ăn, không còn ngửi, không còn cảm xúc, vô tri vô giác. Rồi thứ đến tiền bạc, nhà cửa, danh văn, quyền tước, thế lực... các thứ sở thuộc của tôi cũng dần dần thuộc về người khác, rồi cứ thế và cứ thế... Từ thế hệ này đến thế hệ khác, từ vô thủy đến vô chung... Có người thừa tiếp được tinh thần giáo dục này mà họ có đời sống "thiểu dục tri túc." Họ giàu lòng bố thí, cúng dường, san sớt, xẻ chia... Nhờ vậy mà họ có một tâm hồn thư thả, an nhiên trước sự thịnh suy của trời đất, trước sự mất còn của thế nhân: "Nhậm vận thịnh suy vô bố uý." "Thưa Đại Vương, tất cả chúng sanh đều phải chết, đều phải kết thúc trong sự chết."

"Như vậy là phải thưa Đại Vương, tất cả chúng sanh đều phải chết. Ví như tất cả đồ gốm, do người thợ gốm làm ra, chưa nung chín, hay đã nung chín, tất cả đồ gốm ấy đều phải bể, đều kết thúc trong sự bể, đều không vượt qua sự bể." Tự thân con người dễ tan vỡ, dễ hủy diệt, dễ chết, không tồn tại lâu dài được. Con người có thể chết lúc thiếu thời, non trẻ, có thể chết lúc thanh niên, trung niên, hay có thể chết lúc lão niên già yếu, như đồ gốm có thể bể khi chưa nung, có thể bể khi đã nung chín. Dù chưa nung chín hay đã nung chín tất cả đều bể. Đây là tinh thần giáo dục hiện thực. Tinh thần giáo dục tự tri. Tự mình phải biết, phải thấy, phải kinh nghiệm thực trạng của người khác mà tỏ ngộ nơi mình; mà không lêu lổng, chếnh mảng, mà tinh tấn làm các điều thiện, tu các hạnh lành để nhơn được tròn quả được xinh. Đích thực là vậy, mà đạo Phật suốt một chiều dài lịch sử mấy ngàn năm, luôn hiến tặng những phương pháp cao đẹp, cách thức tốt tươi mầu nhiệm... để cho con người tự lựa chọn những điều thích hợp với mình – khế lý, khế cơ, khế thời... mà ứng dụng cho tự thân được tốt đẹp. Tốt đẹp về đời sống vật chất lẫn đời sống tinh thần, tâm linh vượt thoát, để hoàn thiện làm người dưới ánh nắng mặt trời, để làm bớt khổ đau, bớt phiền não đang nung nấu, đốt cháy con người trong cuộc sống – "tam giới bất an do như hỏa trạch."

Kinh văn được kết thúc qua bài kệ:
"*Mọi chúng sanh sẽ chết*
*Mạng sống, chết kết thúc*
*Tùy nghiệp chúng sẽ đi*
*Nhận lãnh quả thiện, ác*
*Ác nghiệp đọa địa ngục*
*Thiện nghiệp lên thiên giới*
*Do vậy, hãy làm lành*
*Tích lũy cho đời sau*
*Công đức cho đời sau*
*Làm hậu cứ cho người.*"

Tôi chết. Anh chết. Em chết. Người chết... Ai rồi cũng phải chết. Cái chết bình đẳng như nhau. Nhưng trong cái chết ấy, có một cái gì tiềm ẩn sâu xa nơi tiềm thức là không bình đẳng. Có người chết rồi đầu thai lên cõi trời hưởng phước báo. Có người chết rồi đầu thai làm ngạ quỷ, súc sanh. Như vậy là nhơn quả của mỗi người là không bình đẳng – tùy nghiệp thọ sanh.

"*Nhứt thiết chúng sanh*
*Tâm tưởng dị cố*
*Tạo nghiệp diệc dị*
*Do thị cố hữu*
*Chư thú luân chuyển.*"

Tất cả chúng sanh, sự tưởng nghĩ của tâm sai khác. Sự tạo nghiệp cũng sai khác. Vì vậy mà có sự sống ở đời sau. Cứ thế mà lưu chuyển trong các loài. Từ đó chẳng ai giống ai. Sự tạo tác cái nhơn không giống nên kết cuộc cái quả cũng chẳng giống – thiên hình vạn trạng. Vô cùng. Vô tận. Đã không giống nhau nên con người hãy khéo gìn giữ. Vì:

"*Tùy nghiệp chúng sẽ đi*
*Nhận lãnh quả thiện ác*
*Ác nghiệp đọa địa ngục*

*Thiện nghiệp lên thiên giới.*
*Do vậy, hãy làm lành*
*Tích lũy cho đời sau."*

Chỉ có nghiệp – Sự tạo tác, mới theo ta, đưa đẩy ta đến kết quả, tốt hay xấu, sanh thiên giới, hay đọa địa ngục. Biết vậy hãy tu thân, đừng để sự tạo tác xấu quấn chặt mình. Giống như con tằm ăn dâu, dệt thành ổ kén, rồi ổ kén ôm chặt con tằm, nhốt con tằm trong ổ kén. Công đức mà con người có được, là nhờ tu tập, chính hạnh tu tập này là nơi nương tựa, là chỗ ở về đời sau. Còn bằng ngược lại:

"Thưa Đại Vương, tham là pháp ở đời, khi khởi lên đưa lại bất lợi, đau khổ, bất an trú. Sân là pháp ở đời, khi khởi lên đưa lại bất lợi, đau khổ, bất an trú. Si là pháp ở đời, khi khởi lên đưa lại bất lợi, đau khổ, bất an trú." Ba pháp tham, sân, si là ba chướng nạn căn để. Ba món phiền não căn bản, cột chắc chúng sanh, khó đoạn trừ. Chúng dắt dẫn chúng sanh đi khắp mọi miền sanh tử, từ cõi trời đến cõi người, rồi địa ngục, ngạ quỷ, súc sanh có đủ. Do vậy mà:

*"Tham sân si ba pháp*
*Là ác tâm cho người*
*Chúng di hại tự ngã*
*Chúng tác thành tự ngã*
*Như vỏ và lõi cây*
*Tự tác thành trái cây."*

Không ai đâu xa lạ, vỏ và lõi cây cho ra trái cây, con người cũng vậy, tham, sân, si cho ra bất lợi, khổ đau, bất an trú ngay trên tự thân của mình, như rỉ sắt ăn mòn thanh sắt. Xin cho con người tu học tinh thần giáo dục này: tham, sân, si chuyển thành vô tham, vô sân, vô si, để con người đồng nhau bước tới chân trời cao rộng, chân trời của sự giáo dục đánh thức tự ngã, làm tỉnh giác với chính mình bây giờ và ở đây để được thừa hưởng niềm tịnh lạc trong giáo pháp, trong chánh pháp, trong giới luật của Như Lai. Tinh thần giáo dục toàn diện là tinh thần hướng thân lập mệnh con người chánh niệm, tỉnh giác để gây dựng hạt giống Phật hôm nay và ngày mai.

# GIÁO DỤC
# SỰ THỈNH CẦU
# VÌ LỢI ÍCH CHÚNG SANH
# (KINH THỈNH CẦU)

"Một thời Thế Tôn ở Uruvela, trên bờ sông Najanjara, dưới gốc cây Ajapala Nigrodha, khi Thế Tôn mới thành đạo.

Rồi Thế Tôn trong khi thiền định độc cư, tư tưởng sau đây được khởi lên."

Dòng tư tưởng đang hiện hữu, đang chảy trong tự thân của mỗi người. Chảy miên man không ngừng nghỉ, không đình trệ, bế tắc. Dòng tư tưởng có thể là thiện, có thể là bất thiện, hay không thiện, không ác. Dòng tư tưởng ấy có thể làm chi phối cả đời sống của chính mình. Dòng tư tưởng ấy thật vô thường, luôn biến dịch và thay đổi một cách nhậm lẹ, trong từng phút giây, hay hơn nữa là từng sát na, sát na một. Tư tưởng ấy ở trong người phàm, bậc thánh đều có, nhưng tính chất của mỗi dòng tư tưởng khác nhau. Dòng tư tưởng của phàm phu thì có thể là thiện, hay bất thiện. Nhưng dòng tư tưởng của thánh thì chỉ là thiện, thuần thiện.

Chúng ta tập chú, lắng nghe dòng tư tưởng của đức Thế Tôn:

"Pháp này do Ta chứng được, thật là sâu kín, khó thấy, khó chứng, tịch tịnh, cao thượng, siêu lý luận, vi diệu, chỉ người có trí mới hiểu thấu, còn quần chúng này thì ưa ái dục, khoái ái dục, ham thích ái dục, thật khó thấy được định lý y tánh duyên khởi pháp. Thật khó thấy được định lý tất cả hành là tịch tịch, tất cả sanh y được từ bỏ, ái dục đoạn tận, ly dục, ái diệt Niết Bàn. Nếu nay Ta thuyết pháp mà người khác không hiểu, như vậy, không nhiều lợi ích, không lợi lạc phần đông." Trong suốt thời gian sáu năm tu khổ hạnh, thì tư tưởng của Thái tử Tất Đạt Đa được tiếp thu bởi tư tưởng của các vị thầy Bà la môn hay các tu sĩ khổ hạnh ép xác, nhưng tất cả những tư tưởng ấy không có khả năng đưa con người đến giác ngộ giải thoát. Những tư tưởng ấy còn thấp kém, còn giới hạn, còn bị ràng buộc bởi nhiều lậu hoặc, còn có mầm móng sinh tử, chưa rốt ráo, cứu cánh giải thoát. Do vậy mà Thái tử Tất Đạt Đa đã từ bỏ phương pháp tu tập này, chấm dứt những dòng tư tưởng hạn hẹp gò bó, không có khả năng đập vỡ lớp vỏ vô minh dầy đặc cột trói chúng sanh ngàn đời mê lầm, u tối. Cũng dòng tư tưởng đang luân lưu, hiện hữu đó, được chuyển hóa để rồi quyết định từ bỏ cách tu khổ hạnh ép xác không hữu hiệu, không tiềm năng, không phải là nội lực phá đổ thành trì vô minh để thành minh, sinh tử để thành vô sanh bất tử. Quả thật, dòng tư tưởng một khi được chuyển hóa thì rõ thật kết quả của sự tu tập đã được thành tựu hiển bày. "Ái được đoạn tận, ly dục. Ái diệt Niết Bàn." Một bài học khó. Một tinh thần giáo dục không dễ. Cái khó và không dễ ấy đòi hỏi sự nỗ lực tuyệt đối của con người. Nếu con người không hướng thân lập mệnh một cách tuyệt đối đoạn tận ái. Ly dục ái. Ái diệt để chứng Niết Bàn thì trăm kiếp nghìn đời khó mà thành tựu được gì trên tiến trình tu tập ấy. Tại sao lại không thành tựu được gì? Vì ngày nào còn có ái, chưa ly dục ái, chưa đoạn tận chấp thủ ái, các hành chưa được tịch tịnh, các sanh y chưa được trừ bỏ, thì thành tựu được cái gì. Ái ràng buộc. Ái cột chặt. Ái nhận chìm... Ái, Thủ, Hữu, ba chi trong 12 móc xích nhơn duyên, là lý do, nguyên nhân kiềm hãm chúng sanh trong vô minh, sanh tử. Bởi vì có thương yêu thì có bảo thủ, gìn giữ, mà có gìn giữ thì có đời sau. Một hình ảnh móc xích tương tục không gián đoạn để đưa đến kết quả là có tự ngã, có tha nhân, có vạn loài chúng sanh trong pháp giới. Có tôi. Có anh. Có người. Có vật. Bao cái có hiện bày, tràng giang vô tận, thì làm sao dễ hiểu được lời giảng của Như Lai. Phật. Thế Tôn. Vì tất cả cái sanh y. Cái ái dục. Cái tự ngã... đều xuôi theo dòng sinh tử, còn Phật Pháp là cái ngược dòng sinh tử, không cùng song hành, không cùng chiều với nhau, thì làm sao có nhau, hiểu nhau để cùng chung sống chết với nhau được. Do vậy mà đức Thế Tôn nói:

*"Pháp Ta chứng khó khăn*
*Sao nay Ta nói lên*
*Tham sân chi phối ai*
*Khó chứng ngộ pháp này*
*Pháp này đi ngược dòng*
*Vi diệu và thâm sâu*
*Khó thấy rất vi tế.*
*Những ai ưa ái dục*
*Bị vô minh bao phủ*
*Rất khó thấy pháp này."*

Đức Thế Tôn với tư duy như vậy, tâm tưởng như vậy, nên chưa muốn thuyết pháp.

Một sự việc được thi thiết mà biết không gặt hái kết quả tốt đẹp thì có mấy ai làm, ấy là theo cái nhìn của thế gian, còn việc làm của chư Phật thì không có việc làm nào mà không có sự thưa thỉnh, duyên do, làm duyên khởi để đức Như Lai hiển bày phương tiện độ sinh. Ba đời chư Phật không làm một việc gì vô cớ, không có người thưa thỉnh, không có lý do để diễn bày. Hơn nữa pháp mà đức Thế Tôn chứng ngộ là pháp vi diệu, nhiệm mầu, khó thấy, khó hiểu, khó chứng, khó tu đối với con người bình thường, con người bị tham, sân, si chi phối. Giáo pháp đi ngược dòng... Đem tinh thần giáo pháp ngược dòng áp dụng cho những người sống xuôi dòng thì quá thật là khó. Quá khó cho những ai "ưa ái dục." Một khi đã quá tham ưa ái dục rồi thì làm sao buông xả cái tôi và cái sở thuộc của tôi, mà tâm lý con người thì muốn tất cả đều là của tôi. Từ vật lớn cho đến vật nhỏ, từ cái tốt cho đến cái không tốt, từ cái nên cho đến cái không nên... đâu đâu cũng thấy là tôi, là sở thuộc của tôi. Từ cái thấy đó, cái mẫn cảm đó, cái tư duy đó, hóa ra là một sự chướng ngại cho cái thế ngược dòng. Cái thế ngược dòng từ thời đức Phật còn khó lội huống nữa bây giờ – thời gian cách Phật lâu xa, thì thử hỏi có mấy ai lội được. Lội ngược dòng về cội nguồn, để làm tỏ rạng tự tánh tịch tịnh, cao thượng, siêu nhiên, để đột phá, vỡ tung thành trì vô minh sanh tử. Suy tư như vậy, tâm tưởng như vậy, nên đức Thế Tôn chưa đi thuyết pháp, hóa độ quần sanh. Đức Thế Tôn đợi có sự thưa thỉnh của chư Thiên, loài người hay bất cứ ai. Đây là thông lệ của ba đời chư Phật, chính là tinh thần giáo dục, không làm việc gì vô cớ, tự chuyên.

Biết được vậy, tư tưởng của Phật thị hiện như vậy, vị Thiên Sahampati liền suy nghĩ: "Thật sự thế giới bị tiêu diệt! Thật sự thế giới bị diệt vong, nếu tâm Như Lai, bậc A La Hán, Chánh Đẳng Chánh Giác đình chỉ nhơn duyên thuyết pháp, dừng chân đứng lại không cất bước độ sanh." Phạm Thiên Sahampati biết được sự tư duy, tâm tưởng của đức Thế Tôn như vậy – thị hiện như vậy, ông ta sanh tâm hoảng hốt, lo lắng cực độ, thầm nói với chính mình là không thể được. Không thể để đức Thế Tôn nhập Niết Bàn. Không thể để đức Thế Tôn diệt độ mà phải thưa thỉnh đức Thế Tôn đi hóa độ, đi thuyết pháp, đi cứu vớt chúng sanh đang ngập chìm trong dòng sông sinh tử, trong biển khổ trầm luân, trong đời ác năm trược. Ta phải nhanh chóng, phải thưa thỉnh ngay bây giờ, phải tạo lấy nhơn duyên để đức Thế tôn lên đường hóa độ, để đức Thế Tôn thuyết pháp, con người đang trông chờ, chúng sanh đang khát ngưỡng những giọt nước cam lồ làm tươi mát nhơn thiên. Vì là Phạm Thiên nên có thần thông, chỉ trong chớp nhoáng, nhanh như người lực sĩ co duỗi cánh tay. Từ nơi cung trời hiện ra trước mặt Thế Tôn. Phạm Thiên Sahampati đắp thượng y, quì thẳng gối trên mặt đất, mắt nhìn thẳng đức Thế Tôn, chắp tay cung kính, trang nghiêm hiện thân của một vị trời đảnh lễ đức Thế Tôn, mà thưa thỉnh. Trong lúc này, chúng ta thấy thân và tâm của Phạm Thiên thật chí tình, chí thiết, thật khẩn trương và cấp thiết, mau mau bạch Phật thuyết pháp kẻo trễ. Thì ra Phạm Thiên cũng thương con người dữ dằn đấy chứ, sợ Phật vào Niết Bàn thì lấy ai để thuyết pháp, cứu độ chúng sanh. Do vậy mà hôm nay chúng ta phải cảm ơn Sahampati; có Sahampati thỉnh Phật thuyết pháp nên chúng ta nghe được giáo pháp nhiệm mầu. Giáo pháp tự lợi, lợi tha. Giáo pháp giác ngộ giải thoát. Giáo pháp vượt bờ qua sông. Giáo pháp rốt ráo viên thành chánh giác. Giáo pháp đưa người đến quả vị Phật, vô thượng tối tôn.

"Bạch Thế Tôn hãy thuyết pháp. Bạch Thiện Thệ hãy thuyết pháp, có những chúng sanh ít bị bụi trần che phủ sẽ bị nguy hại nếu không được nghe chánh pháp. Còn nếu được nghe, những vị này thâm hiểu chánh pháp, tu tập tự thân, xa lìa trần cấu, rũ sạch lầm mê, chứng thành đạo quả."

Chúng ta bình tĩnh tư duy, chiêm nghiệm lời nói của Phạm Thiên: "Bạch Thế Tôn hãy thuyết pháp. Bạch Thiện Thệ hãy thuyết pháp." Như là một âm thanh réo gọi, kêu gào tha thiết của con người gần như tuyệt vọng, hay đầy ắp niềm tin yêu vững chắc. Tâm tình này, ý thức này là tinh thần giáo dục trực diện, đánh thức trái tim con người phải đứng dậy làm ngay, làm liền, không phân vân, chần chờ, không làm thì sẽ không còn kịp nữa. Không làm bây giờ thì có còn đâu nữa mà làm. Sự giáo dục đánh thức này như quả núi hàng tỷ năm giờ sụp đổ, như lòng đại dương sâu thẳm, hun hút giờ hết nước ráo khô, hết rồi còn chi đâu. Do vậy mà chúng ta phải học. Học bài học đúng thời, đúng lúc. Học bài học không thể có hai lần. Hãy giáo dục cho mình một bài học như nhiên.

*"Mở cửa bất tử này
Để chúng được nghe pháp
Do bậc Thánh vô uế
Đã chơn chánh giác ngộ
Như đứng trên tảng đá
Tại đỉnh núi Cao Sơn
Đưa mắt nhìn chung quanh
Quần chúng dưới chân mình
Cũng vậy ngài Thiện Thệ
Leo lên lầu Chánh Pháp
Biến nhãn không sầu muộn
Nhìn xuống đám quần sanh
Bị ưu tư sầu khổ
Bị sanh già áp bức.
Anh hùng hãy đứng lên
Bậc chiến thắng chiến trường
Vị trưởng đoàn lữ khách
Đấng thoát ly nợ nần
Thế Tôn hãy thuyết pháp
Bộ hành khắp thế gian
Có người chờ được nghe
Sẽ thâm hiểu diệu nghĩa."*

Lời kệ thật tuyệt vời. Lời kệ đã khẳng định rằng cửa vô sanh bất tử được mở ra, cho những ai có mắt đến để mà thấy, có tai đến để mà nghe rồi hành trì chánh pháp mà giác ngộ. Như đức Thế Tôn bước lên lầu Chánh Pháp, nhìn xuống đám quần sanh, bị ưu, bi, khổ, não, bị sanh già bệnh chết mà gióng lên tiếng sư tử hống làm rơi rụng các ưu, bi, khổ, khổ, não, sầu muộn, tử sinh, mà một khi con người chờ đợi để được nghe thì quả là có duyên may trong Phật Pháp. Một khi nghe được rồi thì sẽ thâm hiểu diệu nghĩa. Thâm hiểu Phật Pháp. Rốt ráo tối thắng, chứng đạt Niết Bàn. Vì căn cơ con người nghe và hiểu được giáo pháp, có hàng thượng căn thượng trí, có hàng trung căn trung trí, có hàng hạ căn hạ trí, chứ không phải ai nghe cũng giống nhau. Nhưng dù có thượng, trung, hạ căn vẫn là Phật tánh bình đẳng như nhau, có điều ai phá vỡ được đám mây mù sinh tử sớm thì Phật tánh hiển lộ sớm, còn ai chậm hơn thì Phật tánh hiển lộ trễ hơn, lâu hơn, khác nhau ở chỗ tinh tấn, chánh niệm, hành trì, hay giải đãi, dễ duôi, biếng nhác...

Sau khi được nghe lời thưa thỉnh của Sahampati, đức Thế Tôn dùng Phật nhãn, nhìn đời bằng Phật nhãn: "Thấy có hạng chúng sanh ít nhiễm bụi đời, nhiều nhiễm bụi đời, có hạng lợi căn độn căn, có hạng tánh thuận tánh nghịch, có hạng dễ dạy khó dạy, và một số thấy sự nguy hiểm phải tái sinh thế giới khác và sự nguy hiểm của những hành động lỗi lầm."

Sự thưa thỉnh vì lòng Từ, vì lòng Bi, để ban vui cứu khổ cho chúng sanh, chứ không phải cho riêng tư chi mình, thì sự thưa thỉnh là một điều hiếm có, hiếm thấy trong đời thường, Sahampati đã làm được điều đó. Làm mà không vì lợi nhuận riêng tư, không cầu danh tham lợi. Đây là một sự thưa thỉnh đáng kính trọng, đáng đảnh lễ để nhớ ơn muôn đời. Sahampati đã tạo lấy cái nhơn thù thắng, cái nhơn giải thoát cho mọi người, cái nhơn vận chuyển bánh xe pháp lan xa, cái nhơn đem giáo pháp vào đời, mà cho đến hôm nay, cách Phật gần 3000 năm, hương giáo pháp hãy còn đó, và người tu giáo pháp, chứng giáo pháp cũng còn đó, trên dòng chảy giáo pháp đã thấm thấu vào lòng người, như dòng nước trong mát chảy vào cánh đồng lúa mạ làm xanh tốt bông lúa, trĩu nặng hương thơm ruộng vườn hoa lá. Một sự thưa thỉnh hy hữu, có một không hai trên thế gian này. Từ sự thưa thỉnh nhơn duyên đó, mà đức Thế Tôn nhìn đời bằng Phật nhãn như đoạn kinh văn trên, đã cho ta một bài học, một tinh thần giáo dục xác thực, đích thị là trong thế gian này có quá nhiều hạng người bị nhiễm ô bụi đời, hay ít nhiễm ô bụi đời. Chữ bụi đời ở đây chúng ta hiểu, là danh bụi đời. Ái bụi đời. Sắc bụi đời. Hỷ nộ, ố dục bụi đời... hay có người khôn ngoan lanh lẹ, có người chậm chạp ù lì, có kẻ học hành thông minh đĩnh đạc, liễu triệt thâm sâu, có người lại u mê ám chướng, học trước quên sau, đầy đặc độn căn, không có chút thông minh trí tuệ. Đúng là "nhất thiết chúng sanh tâm tưởng dị cố, tạo nghiệp diệc dị, do thị cố hữu, chư thú luân chuyển." Tất cả chúng sanh, tâm tưởng có sai khác, tạo nghiệp cũng sai khác, do vậy mà bị lưu chuyển trong các đường, mà ngày hôm nay, chúng ta thấy giai tầng người sống trong xã hội có quá nhiều sự phân chia thượng hạ, cấp bậc, hình dung, sắc tướng... Không thiếu một chi hết. Da trắng có. Da màu có. Da vàng có. Da đen có... Cao có. Thấp có. Trung bình có. Mập có. Ốm có. Vô số sai khác, như đức Thế Tôn đưa ra hình ảnh trong một hồ sen, "Sen xanh, sen hồng hay sen trắng, sanh ra dưới nước, lớn lên dưới nước, không vượt lên khỏi mặt nước, được nuôi dưỡng dưới nước. Có một số sen xanh, sen hồng hay sen trắng sanh ra dưới nước, lớn lên dưới nước, vươn lên khỏi mặt nước, không bị nước làm đẫm ướt. Cũng vậy, Thế Tôn trong khi với Phật nhãn nhìn quanh thế giới thấy có hạng chúng sanh ít nhiễm bụi đời, nhiều nhiễm bụi đời, có hạng lợi căn độn căn, có hạng tánh thuận tánh nghịch, có hạng dễ dạy khó dạy, một số thấy sự nguy hiểm phải tái sanh thế giới khác và sự nguy hiểm các hành động lỗi lầm."

Lặp lại đoạn kinh văn trên để cho chúng ta chú ý nơi tự tánh của mình, nơi tự tánh của người tất cả hầu như đều giống nhau. Tất cả đều lặn hụp trong biển trầm luân sinh tử, lặn hụp tận đáy bùn lầy vô minh, nhưng rồi lần lần vươn lên khỏi bùn lầy vô minh ấy, và làm được con người thánh thiện, tu tập giáo pháp nhơn thừa: quy y Tam Bảo, thọ trì năm giới cấm, biết bố thí cúng dường, tu phước, từ đó tiến thân lên dần thiên thừa: tu mười nghiệp thiện được sinh thiên. Vậy thì khả năng vượt trội, hướng thượng có đủ trong mỗi con người, không ai mà không có, duy chỉ có biết và phấn đấu hướng thượng không thôi. Có hướng thượng thì có vượt thoát, có ra khỏi bùn lầy sinh tử. Không hướng thượng thì ngủ im lìm dưới lớp bùn nhơ. Như loài sen kia, dù xanh, dù hồng, dù trắng sinh ra từ trong bùn, lớn lên từ trong bùn, nhưng rồi hoa nào cũng ra khỏi bùn, vươn lên khỏi mặt nước và nở hoa, khoe hương, tỏa sắc cho đời. Đây là nền văn hóa giáo dục tự tin. Giáo dục hướng thượng. Giáo dục xả ly. Xả ly bùn nhưng không rời bùn. Chất liệu bùn là sự dinh dưỡng để nuôi sống hoa thơm. Không có chất liệu bùn dơ nước đọng thì sẽ không có hoa thơm, sắc màu rực rỡ. Cái nhơn là bùn hôi, nhưng cái quả lại thơm tho tinh khiết. Cũng vậy, cái nhơn của con người là ít nhiễm bụi đời, nhiều nhiễm bụi đời, ở dưới đáy địa ngục hay trôi lăn trong biển đời sinh tử đi nữa mà một khi đã hồi đầu là bờ.

Đức Thế Tôn kết lời kinh văn bằng bài kệ:
*"Hỡi những ai có tai*
*Cửa trường sanh bất tử*
*Đến để mà thâm hiểu*
*Giải thoát các tà tín*
*Pháp tốt đẹp vi diệu*
*Giữa nhơn loại chúng sanh*
*Ôi Phạm Thiên!"*

Dịu dàng trong lời nói, đĩnh đạc trong dung nghi, đức Thế Tôn đứng dậy, như bậc chiến thắng chiến trường, sửa lại nếp y, tự tại oai nghi thảnh thơi từng bước chân hóa độ, đem sự bình an tịnh lạc cho muôn vạn loài chúng sanh. Tùy duyên mà độ, hết duyên thì đi. Đi khắp vạn nẻo đường làm lợi ích cho chư thiên và con người, từ thành thị đến thôn quê, từ núi rừng đến làng mạc, từ phố xá đến ruộng đồng đâu đâu cũng có dấu chân Phật, không ngại nắng mưa, chẳng sờn lao nhọc, vì tâm Từ rộng mở, tâm Bi tột cùng.

# GIÁO DỤC
## CHỚ PHỈ BÁNG NGƯỜI KHÁC
### *(KINH PHỈ BÁNG)*

Sao ta lại phỉ báng người khác, chỉ là một ý nghĩ nhỏ cũng thấy là không nên. Lý do là mình có sự sống, có danh dự, có các sự liên hệ người trong xã hội. Có đủ tất cả mọi sự liên hệ với nhau, từ đời sống vật chất đến đời sống tinh thần, chúng ta không thể tách rời ra được. Đã có sự mật thiết như vậy thì không vì lý do gì để phỉ báng người khác. Hàng đệ tử Phật không những không phỉ báng mà còn tỏ ra kính trọng lễ độ với người khác nhiều hơn. Đây là tinh thần giáo dục thực tiễn để cho con người biết thương yêu nhau hơn, quý kính nhau hơn, rồi xây dựng một đời sống an lạc, thái hòa giữa người với người.

Đức Phật dạy: "Này Bà la môn, nhà ngươi nghĩ thế nào, các thân hữu bà con huyết thống, các khách có đến viếng thăm ngươi không?

- Thưa Tôn Giả Gotama, thỉnh thoảng các thân hữu, bà con huyết thống, các khách có đến thăm tôi.

- Này Bà la môn, nhà ngươi nghĩ thế nào? Nhà ngươi có sửa soạn cho chúng các món ăn thượng vị loại cứng và loại mềm không?

- Thưa Tôn Giả Gotama, thỉnh thoảng tôi sửa soạn cho chúng các món thượng vị, loại cứng và loại mềm.

- Nhưng này Bà la môn, nếu chúng không thâu nhận thời các món ăn ấy thuộc về ai?

- Thưa Tôn giả Gotama, nếu chúng không thâu nhận thời các món ăn ấy thuộc về lại chúng tôi. Vợ tôi ăn. Con tôi ăn. Tôi ăn. Cả nhà cùng ăn.

- Cũng vậy Bà la môn, nếu ngươi phỉ báng Như Lai, Như Lai không phỉ báng lại; nhiếc mắng Như Lai, Như Lai không nhiếc mắng lại; gây lộn với Như Lai, Như Lai không gây lộn lại; Như Lai không thâu nhận những sự việc như vậy, những sự việc được tạo dựng từ nơi nhà ngươi. Thời này Bà la môn, những sự việc trở lại cho nhà ngươi. Này Bà la môn, những sự việc ấy sẽ trở về cho chính nhà ngươi. Này Bà la môn, ai phỉ báng lại khi bị phỉ báng, nhiếc mắng lại khi bị nhiếc mắng, gây lộn lại khi bị gây lộn, thời như vậy, này Bà la môn, người ấy được xem là đã hưởng thọ, đã san sẻ với nhà ngươi, đã chia sớt với nhà ngươi rồi. Còn Như Lai không cùng hưởng thọ, không cùng san sẻ với nhà ngươi. Này Bà la môn, sự việc mắng nhiếc, phỉ báng của nhà ngươi về lại cho nhà ngươi."

Cách cư xử giữa người với người bằng cách phỉ báng, mắng nhiếc với nhau là điều không phải cách, là điều thật tệ hại, là việc không nên làm. Nếu chúng ta rơi vào tình trạng này thì trước tiên mình đánh mất phẩm giá của chính mình; đạo đức bị sứt mẻ, danh dự bị tổn thương; tình người bị sa sút trầm trọng. Do vậy mà không được phỉ báng, mắng nhếc ai. Dù sự phỉ báng, mắng nhiếc đó giữa cá nhân với cá nhân, hay giữa cộng đồng quần chúng, dù có mặt hay có mặt, tất cả đều không nên làm. Khi chúng ta thốt lên lời phỉ báng, mắng nhiếc kẻ khác thì trước tiên trong tâm thức của mình, trong ý nghĩ của mình dấy khởi lên những lời thô tục, những ý nghĩ nóng nảy, những lời lẽ không lịch sự, hay tâm ý muốn hủy nhục người khác; nhưng trước khi những lời phỉ báng, mắng nhiếc đó nói cho người khác nghe thì chính mình đã thọ nhận trước, những lời thô tục, phỉ báng ấy hiện có trong tâm của mình ra. Mình muốn bêu rêu, mắng nhiếc người khác cho xấu như ý mình muốn, thì hóa ra trong thâm tâm của mình đã đầy ắp ý nghĩ xấu, lời nói xấu, phỉ báng và mắng nhiếc. Ông bà mình đã dạy: "Hàm huyết phún nhơn, tiên ô tự khẩu." Ngậm máu phun người, trước dơ miệng mình là vậy đó. Vì sự tác hại, không tốt cho người phỉ báng, mắng nhiếc mà Đức Thế Tôn đã giảng dạy trong kinh Pháp Cú: "Nó mắng tôi, đánh tôi. Nó chửi tôi, rủa tôi. Ai ôm hiềm hận ấy. Trọn đời sẽ không nguôi." Đã trọn đời không nguôi rồi cứ thế mà tạo nghiệp phỉ báng, mắng nhiếc, dây dưa từ đời này sang kiếp nọ. Tốt hơn mình phải là:

*Tôi không phỉ báng*
*Tôi không mắng nhiếc*
*Tôi không nói xấu*
*Tôi không hiềm hận*
*Tôi nguyện buông bỏ.*
*Tôi không chấp thủ*
*Tôi nguyện xin cho*
*Tôi được làm người.*
*Tôi phụng sự hết*
*Tôi tôn trọng hết.*
*Tôi phụng thờ Phật*
*Tôi phụng thờ Pháp*
*Tôi phụng thờ Tăng.*
*Nguyện không phỉ báng*
*Nguyện không mắng nhiếc*
*Bình đẳng thương yêu*
*Vạn loại hữu tình*
*Đồng đăng bỉ ngạn.*
*Qua bờ bên kia.*

Đây chính là lối giáo dục tốt nhất, thành tựu tư cách làm

người tốt nhất, mà Đạo Phật luôn đề bạt, xây dựng một nhân sinh quan vô cùng thẩm mỹ, trong ý nghĩa của giá trị làm người.

Điều mà chúng ta cần tập chú vào nội dung của Kinh Phỉ Báng này, tinh thần giáo dục ở đây là người ta cho mình mà mình không lấy, thì cái cho ấy, vật cho ấy sẽ thuộc về người cho. Nếu chúng ta đem cho cái không tốt đến người, mà người không nhận thì cái không tốt ấy sẽ là của mình, mà một khi cái không tốt trở lại với mình thì quả thật chẳng may mắn chút nào cho mình cả. Có thể mình bị tai nạn, bị khổ đau, thiếu may mắn, hay còn nhiều thứ khác nữa trong cuộc sống hôm nay và mai sau. Chi bằng chúng ta hãy cho nhau cái tốt, cái thiện, cái đạo đức, cái thân thương mà người không nhận thì cái ấy trở lại mình sẽ không làm tác hại, thiệt thòi chi mình cả. Cái tốt vẫn hoàn là cái tốt:

*Ta hãy đem cho người*
*Cái tốt cái đáng cho*
*Cái mà người ta thích*
*Cái an lạc lợi ích*
*Cả ta và tha nhân*
*Cả đời này đời sau*
*Hai đời đều tỏ phân*
*Nhân tịnh sạch bụi trần*
*Đều qui về chánh đạo*
*Tâm an ngát hương phần.*

Đích thị là vậy, giáo dục người để người thành Thánh. Giáo dục người để người thành Chơn, Thiện, Mỹ làm đẹp cuộc đời. Một khi cuộc đời được làm đẹp, nghĩa là Y báo Chánh báo trang nghiêm thì quốc độ của con người là quốc độ hiền thiện, quốc độ an lạc. Quốc độ chỉ có tình thương, lòng kính trọng, xây dựng sự sống trong ý nghĩa thăng hoa tự tại.

Rồi đức Thế Tôn dạy tiếp cho Bà la Môn Akkosaka Bharadvaja

bằng bài kệ như sau:
"*Với vị không phẫn nộ*
*Phẫn nộ từ đâu đến?*
*Với ai không phỉ báng*
*Phỉ báng đến từ đâu?*
*Sống chế ngự, chánh mạng*
*Giải thoát nhờ chánh trí*
*Vị ấy sống như vậy*
*Đời sống được tịch tịnh.*"

Lời dạy của đức Thế Tôn sao ta không chịu khó tư duy, chiêm nghiệm cho thấu đáo, cho thật sâu xa, cho thật tinh tế. Thấu triệt từ đoạn đầu, đến đoạn giữa rồi rốt sau, ba đoạn đều thiện. Để thấy được cái thiện, cái tinh thần giáo dục toàn diện, theo bài kệ, nếu con người không có chất liệu phẫn nộ ẩn núp bên trong tâm ý, thì phẫn nộ từ đâu đến? Phẫn nộ không ở ngoài ta. Phẫn nộ có từ trong ta, phẫn nộ ẩn núp, tiềm ẩn trong ta. Cũng vậy, phỉ báng có ở trong ta, phỉ báng không từ ngoài ta mà có. Vậy con người chịu khó, chế ngự, tạo lập một đời sống chánh hạnh, một đời sống chánh trí, giải thoát các lậu hoặc, ưu phiền, để tiến tới đời sống tịch tịnh. Bài kệ này đức Thế Tôn dạy có hai tính chất. Tính chất phẫn nộ, phỉ báng và tính chất chánh mạng, chánh trí, tịch tịnh đều có trong con người. Do vậy, con người có tu, có hướng thượng thì sẽ đoạn tận, hủy diệt tính chất phẫn nộ, hủy báng, mà phẫn nộ, hủy báng bị đoạn tận, bị hủy diệt thì tính chất kia sẽ là hưng khởi chánh trí, tịch tịnh. Con người phải học một cách thấu đáo qua hai tính chất giáo dục này. Tính chất giáo dục toàn diện đây chính là:
"*Sống chế ngự chánh mạng*
*Giải thoát nhờ chánh trí*
*Vị ấy sống như vậy*
*Đời sống được tịch tịnh.*"

Và say đây, đức Thế Tôn dạy tiếp qua hạng người thứ hai:
"*Những ai bị phỉ báng*

*Trở lại phi báng người
Kẻ ấy làm ác mình
Lại làm ác cho người
Những ai bị phi báng
Không phi báng chống lại
Người ấy đủ thắng trận
Thắng cho mình cho người
Vị ấy tìm lợi ích
Cho cả mình và người
Và kẻ đã phi báng
Tự hiểu lắng nguôi dần
Bậc Y Sư cả hai
Chữa mình, chữa cho người
Quần chúng nghĩ là ngu
Vì không hiểu chánh pháp."*

Thật là khó cho những ai không kềm hãm, giảm thiểu sự phẫn nộ, sự phi báng, khi người khác phi báng, phẫn nộ với mình. Người ta phi báng mình mà mình không phi báng lại. Người ta phẫn nộ mình mà mình không phẫn nộ lại, điều này phải đòi hỏi một đức tính nhẫn nhục, ôn hòa cao độ mới làm được. Chính vậy mới gọi là người hiểu chánh pháp. Người có học chánh pháp, có tu chánh pháp. Đây là điều mà đức Phật thiết lập con đường giáo dục toàn diện, trong chánh pháp của đức Thế Tôn.

# GIÁO DỤC
# CÀY RUỘNG
# TRONG THÁNH PHÁP LUẬT
## (KINH CÀY RUỘNG)

Hình ảnh bác nông phu cày ruộng, trên những cánh đồng, trong những thửa ruộng ở miền thôn quê làng mạc, khi mà đức Thế Tôn, hàng Thánh Chúng mang bình khất thực, đi thẳng hàng, đi một cách trang nghiêm, chậm rãi, từ hòa, nhịp nhàng theo từng bước chân, thì thật tuyệt vời. Một hình ảnh đẹp, màu huỳnh y, hòa cùng màu xanh của lúa, màu vàng của bông và màu sắc thắm cỏ non, hoa dại trên lối đi thơ mộng. Đi mà tâm tĩnh lự. Đi mà lòng yên vui, không mong cầu được đồ ăn, cũng chẳng đến ngon hay dở, đói hay no, khi chiều về, ngồi thiền mà cái bụng tóp teo thì cũng chẳng phiền chẳng nhiệt. Nếu có cơm, bánh trái, khoai sắn thì ăn, gọi là đoàn thực. Còn nếu không thì thiền định thật sâu, chánh niệm thật lớn thì gọi là thiền duyệt thực. Cả hai đều là ăn, một cách ăn thô phù, một cách ăn vi tế, mầu nhiệm. Do vậy, mỗi sáng đi khất thực, và đúng giờ thì về, dù có đồ ăn hay không. Ăn nhiều. Ăn ít. Ăn no. Ăn đói. Ăn xong thu dọn bình bát, để cơm lưu phạn, sắp xếp tọa cụ dưới các gốc cây trong rừng, tọa thiền, sinh niệm tịnh lạc – pháp lạc hiện trú.

"Một thời, đức Thế Tôn ở giữa dân chúng Magadha, trên núi Nam Sơn, tại làng Bà la môn Ekanala. Bấy giờ là thời gian gieo mạ, Bà la môn Kasi Bharadvaja đã chuẩn bị sẵn sàng 500 lưỡi cày để cày cho ruộng mùa năm đó. Đức Thế Tôn, vào buổi sáng đắp y, cầm bát, đi đến cánh đồng ruộng của Bà la môn Kasi Bharadvaja. Lúc này, người Bà la môn đang phân phát đồ ăn cho 500 người cày ruộng. Đi tới, đức Thế Tôn đứng một bên, trang nghiêm, im lặng."

*Đích thực một bậc Đạo Sư*
*Đi im lặng đứng trang nghiêm.*
*Là một pháp môn tu tập*
*Cho những ai được thọ trì*
*Hạnh phúc hôm nay tịch tĩnh*
*An lạc về sau lâu dài.*

Người Bà la môn Kasi Bharadvaja đang phát đồ ăn cho người cày ruộng, khi thấy đức Thế Tôn, thì nói gì? Nếu là người thuần hậu, biết tu, biết mình có phước duyên mới gặp được đức Thế Tôn trong đời. Hy hữu! Quả là hy hữu. Hạnh phúc! Quả là hạnh phúc. Đâu cần phải nói. Đâu cần suy tư. Đâu cần đắn đo. Quả là tâm của người phàm phu chưa được hóa độ, chưa hiểu chánh pháp, chưa sẵn sàng lột bỏ lớp áo phàm phu, thường tình. Nhưng có thể đây là hạng căn cơ còn ở trong bùn- như ngó sen còn ở trong bùn để rồi vài phút giây sau, được đức Thế Tôn giáo huấn thì đạt thành trình độ thượng nhân- như đóa sen nở trọn trong hư không. Chỉ cần thời gian, khi mà nhơn duyên chín muồi, thời cơ đã đến thì trong phút giây phàm phu sẽ là thánh giả, ngu nhơn chuyển thành đại trí, mà Kinh Cày Ruộng mang tính giáo dục đó. Một tinh thần giáo dục đánh thẳng, trực diện để thấy và nghe, để Văn rồi Tư, để Tư rồi Tu, mà cuối bản Kinh Cày Ruộng chúng ta sẽ thấy.

Người Bà la môn thấy đức Thế Tôn đứng im lặng liền nói: "Này Sa môn, tôi cày và tôi gieo mạ. Sau khi cày và gieo mạ, tôi có lúa, lúa xay thành gạo, tôi ăn." Đây là cách lý luận hợp lý, phù hợp với tinh thần giáo pháp nhơn quả, và hẳn nhiên ở trường hợp ai cũng có thể hiểu là như vậy, có tạo nhơn, ắt hưởng quả. Tạo nhơn lành, hái quả thiện. Tạo nhơn cày cấy lúa, kết quả có cơm ăn, ấy là điều tất nhiên. Tự cho mình hợp lý. Tự cho mình biết cách làm việc, cũng tự hãnh diện với đôi chút tự hào. Dường như đây là tâm lý chung của con người. Khi ai đó có làm được đôi chút việc thì lắm khi tự mãn và xem thường kẻ khác, nhưng thực chất ra ai cũng có thể làm được. Ai cũng có thể biết việc, có điều là chịu làm hay không. Đây là cá tính của mỗi người. Cần phải học. Có học mới thông sự việc, còn dễ duôi và biếng nhác là điều đừng mong thành tựu cái gì, dù việc ấy dễ hay khó. Chính nơi người Bà la môn cũng không nằm ngoài phạm vi ấy. Do vậy: "Tôi cày và tôi gieo mạ. Sau khi cày và gieo mạ, tôi có lúa, lúa xay thành gạo, tôi ăn."

Đức Thế Tôn nói với Bà la môn: "Như Lai cũng có cày và gieo mạ. Sau khi cày và gieo mạ, mạ mọc lên thành lúa, lúa chín xay thành gạo, gạo nấu thành cơm, Như Lai ăn." Đây là một tiến trình tu chứng được dụ qua hình ảnh của thế thường. Từ sự sinh hoạt bình thường, những hình ảnh, những âm thanh, những dụng cụ của con người, được đức Thế Tôn lồng vào những phương tiện, ngôn ngữ chữ nghĩa chánh pháp thì tự nhiên được biểu lộ qua hình ảnh Phật pháp thật rõ nét và có giá trị biểu trưng tuyệt đối.

"Nhưng thưa Tôn Giả Gotama, Tôn Giả nói, Tôn Giả cũng cày, cũng bừa, cũng gieo mạ... nhưng tôi đâu thấy Tôn Giả có cái ách, có cái cày, có cái lưỡi cày, có cái gậy đâm, hay các con bò kéo cày, thì làm sao mà cày được.

*"Thế Tôn nói là nông phu*
*Ta không thấy Thế Tôn cày*
*Ách đâu! bò đâu! cày đâu?*
*Hãy lên tiếng trả lời ngay*

*Thế Tôn chứng minh để thấy
Rằng là Thế Tôn có cày."*

Nghe người Bà la môn hỏi như thế, đức Thế Tôn dạy:
*"Lòng tin là hạt giống
Khổ hạnh là cơn mưa
Trí tuệ đối với Ta
Là cày và ách mang
Tàm quí là cán cày
Ý căn là dây cột
Chánh niệm đối với Ta
Là lưỡi cày, gậy đâm."*

Chỉ cần mấy câu kệ này, chúng ta thấy một trời chánh pháp, một trời giáo dục toàn diện. Nếu ai đó có hạt giống lòng tin. Đức tin. Niềm tin bất thoái. Nơi Tam Bảo. Nơi Phật. Nơi Pháp. Nơi Tăng. Chính lòng tin này sinh ra muôn công đức lành. Từ sự sinh ra muôn công đức lành đó, thì mặc sức mà ăn, mặc sức mà tiêu xài, mặc sức giữ và cho tất cả. Vì "có đức mặc sức mà ăn." Niềm tin là hạt giống chắc, hạt giống mạnh, hạt giống có khả năng trưởng dưỡng nhanh và thành tựu tốt. Tốt trong mọi thời, mọi xứ. Niềm tin là quyết định mọi sự thành tựu. Có tin thì mới có làm, mà có làm thì có công đức, mới có kết quả, bằng ngược lại không tin thì không làm, không làm là không kết quả. Trên con đường tu tập con người phải giàu niềm tin nơi mình nương tựa, gửi gắm trọn vẹn, nhờ vậy mà phương tiện có đủ, phước đức tràn trề niềm tin đơm bông kết trái. Hôm nay tôi học Phật, tôi tin Phật. Niềm tin ấy cho tôi thấy, cho tôi hiểu rằng đức Phật có đủ 32 tướng tốt, có 80 vẻ đẹp, có phước tướng trang nghiêm. Có tam minh lục thông, có mười hiệu là những phẩm tính siêu việt của Như Lai. Tôi tin Phật là bậc Giác Ngộ, bậc đứng lên giữa thế gian. Bậc chiến thắng chiến trường, tuốt gươm trí tuệ quét sạch vô minh, lậu hoặc. Tôi tin Phật đi bằng đôi chân Phước, Huệ, vì Phật là Thầy của Trời, là cha lành của bốn loài Chúng Sanh – thai sanh, noãn sanh, thấp sanh, hóa sanh, vì Đức Phật rải lòng Từ Bi cứu độ bốn loài chúng sanh này. Tôi tin Phật nên tôi quy y Phật. Tôi nương tựa nơi Phật. Tôi tin bằng một niềm tin trong sáng. Niềm tin có lý trí, được thẩm định bằng thực tế khách quan, bởi những lời của Phật dạy đã đem lại lợi ích an vui cho trời người, cho tất cả. Niềm tin ấy như là: "Này các Tỳ Kheo, các Thầy hãy đến để thấy trên lòng bàn tay của Như Lai có viên ngọc, chứ không phải là các Thầy đến để tin trong nắm tay của Như Lai có viên ngọc." Lòng bàn tay được mở ra, viên ngọc được đặt trên lòng bàn tay để thấy một cách rõ ràng. Cái thấy ấy đã xác lập, đã chứng thực một cách minh nhiên, không cần đắn đo, nghĩ ngợi. Lòng bàn tay đã nắm lại rồi và bảo hãy tin trong lòng bàn tay có viên ngọc. Không thấy làm sao tin, và nếu có tin thì niềm tin này là niềm tin được áp đặt, niềm tin của sự cuồng tín, niềm tin không trong sáng. Niềm tin này đưa mình đến bóng đêm của sự nô lệ. Như vậy lòng tin ở đây chính là hạt giống tốt cho sự cày ruộng, cấy lúa, gieo mạ để có cơm ăn. Gieo hạt giống phước thiện, hạt giống lành, để cây phước thiện ấy cho hoa trái phước đức, thơm ngon, tươi ngọt mà thọ hưởng. Bài học này là một kinh nghiệm sống trong đời sống tâm linh. Sống sáng. Sống đúng. Sống mạnh. Sống cho niềm tin chân thật. Niềm tin có bảo kê thánh thiện bình an. Rồi đức Thế Tôn lại tiếp tục cày ruộng bằng những dụng cụ, chất liệu, tuyệt cùng:

*"Khổ hạnh là cơn mưa*
*Trí tuệ đối với Ta*
*Là cày và ách mang."*

Việc làm, trách nhiệm của người cày ruộng là phải dẫn nước, đắp đê để nước chảy vào ruộng, làm cho lúa mạ tốt tươi, trổ bông trĩu nặng, được mùa lúa chín, còn như ruộng khô, đất né, thì lúa mạ chết tiêu, lấy đâu có lúa gạo, đây là đối với việc làm của người cày ruộng. Còn cách cày ruộng của đức Thế Tôn thì khổ hạnh là cơn mưa. Trên tiến trình tu tập là phải khổ hạnh, cần mẫn, ít muốn, biết đủ, không se sua, tham dục. Như ngài

Đại Ca Diếp khổ hạnh, đầu đà, đắp y bá nạp, ngủ nơi nghĩa địa tha ma, đây là hạnh tu của các bậc kỳ túc, ăn rau rừng, uống nước suối, ngủ dưới gốc cây. Từ hạnh tu ấy đã trưởng dưỡng, nuôi sống ý chí hướng thượng, làm những cơn mưa tưới mát tâm hồn thánh thiện. Khổ hạnh là một đời sống buông xả ở thế giới vật chất, không tích trữ quá nhiều tài sản vật chất, vì tích lũy quá nhiều tài sản vật chất thì càng ràng buộc càng nhiều. Như đôi chân bị xiềng xích thì làm sao bước tới, mà không bước tới thì làm sao tới đích như mình muốn. Như Phật Pháp đã giảng dạy, ngã còn không có thì làm gì có ngã sở. Nếu có chăng đi nữa thì cái có ấy cũng chỉ là phương tiện có mà thôi, không phải là cứu cánh có. Do vậy, người tu hãy có một nhãn quan nhìn đời bằng cặp mắt phương tiện, cái nhà là phương tiện để ở, chiếc xe là phương tiện để đi, bát cơm là phương tiện để ăn, và chiếc áo là phương tiện để mặc... Do vậy, Đức Thế Tôn mới lấy những cơn mưa tưới lên đời sống khổ hạnh để thăng tiến, vượt thoát của người tu hành. Kinh nghiệm cho thấy thật sống động mà có thể nói là bất tư nghì. Không thể nghĩ bàn ở đây là đọc dòng lịch sử của đức Phật, trên thân chỉ có ba tấm y, một chiếc bình bát, một đãy lọc nước, một túi kim chỉ, thêm cây gậy để dò đường khi qua sông biết chỗ nông sâu mà tránh, rồi tối ngủ dưới gốc cây, trong đống rơm, khu nhà trống... Một bậc Giác Ngộ, có đời sống như thế thì khổ hạnh nào hơn. Nếu ai trong chúng ta đã một lần hành hương về xứ Phật - Ấn Độ thì sẽ thấy đường đất đỏ, sỏi đá, bụi bặm... nắng dãi dầu, mưa tầm tã, ngày nắng hạ, đêm mưa đông, vậy mà trên đường hóa độ đức Thế Tôn và hàng Thánh Chúng nào có nề hà gì đâu. Gót chân đã chai mòn theo sỏi đá. Đầu trần trụi chống mưa nắng mà đi - khổ hạnh, suốt đời không thấy uống một viên Tylenol, Advil, Aspirin... gì hết. Kính phục sự khổ hạnh tuyệt vời. Cơn mưa khổ hạnh đã dập tắt tất cả mọi sự khổ cực, thiếu thốn, hiếm khó, mà chỉ có hiện hữu một niềm tươi mát, thánh thiện, vô phiền, vô nhiệt trong tâm của các Thánh

Giả mà thôi.

Đời sống khổ hạnh của đức Thế Tôn và hàng Thánh Chúng như vậy, quả thật phải có một trí tuệ rạng ngời, một trí tuệ trong Tam vô lậu học – Giới, Định, Tuệ, mới dễ dàng chấp nhận một đời sống khổ hạnh như vậy. Vì có trí tuệ để thấy rằng thân năm uẩn là vô thường, không bền vững, có nhiều lắm là 100 năm rồi cũng hoại diệt. Vì có trí tuệ vô lậu mà quán chiếu thấy thật tướng của các pháp là vô tướng. Thật tánh của sự vật là vô tánh- Tánh không, nhờ vậy mà không bám víu, không dính mắc nơi thân năm uẩn này. Còn quán chiếu sự vật ngoài thân thì luôn trên đà thành, trụ, hoại, không. Trí tuệ của bậc Thánh thấy vậy nên buông xả tất cả. Do vậy, đức Thế Tôn đã dạy:

*"Trí tuệ đối với Ta*
*Là cày và ách mang."*

Ách mang và cày đã vỡ lên những luống cày sinh tử. Chỉ có cày và ách mang trí tuệ mới đủ sức kéo cái cày đi thẳng đường, đúng tiêu chuẩn và hướng đến. Nếu không có trí tuệ thì không thể giữ chuôi cày cho vững để đường cày được sâu và ngay ngắn, nếu không sẽ bị cong quẹo, không đường lối. Trí tuệ đóng một vai trò vô cùng quan trọng trong việc tu hành. Có trí tuệ mới biết đâu là: "Tà, Chánh, Chân, Ngụy, Đại, Tiểu, Thiên, Viên" để mà lựa chọn. Nếu lựa chọn không đúng thì rơi vào tà kiến, biên kiến dễ dàng, không khó. Người tu hành lấy trí tuệ làm đuốc soi đường, làm dây mực nẻ gỗ, làm dây cương kéo xe. Do vậy mà đạo Phật lấy Trí Tuệ làm sự nghiệp, lấy Từ Bi làm lẽ sống. Người tu hành không thể thiếu một trong hai chân Bi Trí ấy.

*Như lai nói Trí Tuệ là sức mạnh*
*Dắt dẫn người đến đích đạt tối thượng*
*Là cái cày, ách mang người cày ruộng*
*Vỡ lên từng luống đất đượm mồ hôi.*

*Thẳng và sâu luống cày có Trí Tuệ*
*Đưa người về cày ruộng luống đất nâu*
*Đến mùa gặt có cơm người cày ruộng*
*No đủ đầy hạnh phúc hưởng dài lâu.*

Tiếp tục lời giáo huấn đến người Bà la môn, trong ý nghĩa và giá trị đích thực nơi chánh pháp, chứ không phải như cái hiểu biết thô lậu bề ngoài trong phạm trù của thế tục.

*"Tàm quý là cán cày*
*Ý căn là dây cột*
*Chánh niệm đối với Ta*
*Là lưỡi cày, gậy đâm*
*Thân hành được bảo trì*
*Khẩu hành được bảo trì*
*Đối với các món ăn*
*Bụng Ta dùng vừa phải*
*Ta nhổ lên tà vạy*
*Với chân lý sự thật*
*Hoan hỷ trong Niết Bàn*
*Là giải thoát của Ta*
*Tinh tấn đối với Ta*
*Là khả năng mang ách*
*Đưa Ta tiến dần đến*
*An ổn khỏi khổ nạn*
*Đi đến không trở lui*
*Chỗ Ta đi không sầu.*
*Như vậy cày ruộng này*
*Đưa đến quả bất tử*
*Sau khi cày, cày này*
*Mọi đau khổ được thoát."*

Đức Thế Tôn đã giảng dạy hết sức rõ ràng trong phương thức cày ruộng đúng như pháp, có cày ruộng như thế mới vượt ra khỏi sự khổ nạn, ưu bi trong cuộc sống, bằng không thì tất cả đều bị cột trói và nhận chìm theo dòng cuồng lưu sinh tử. Những đức tính, chất liệu cần có cho người cày ruộng trong chánh pháp như là: "Lòng tin, khổ hạnh, trí tuệ, tàm quý, ý căn, chánh niệm, phẩm hạnh, tinh tấn..." Đây chính là những yếu tố cần có và đủ để làm tiềm lực, động cơ đưa người tu hành đến quả bất tử.

# GIÁO DỤC
# HIẾU THẢO VỚI MẸ CHA
## (KINH NUÔI DƯỠNG MẸ)

Tinh thần giáo dục hiếu thảo là một công hạnh thiết thực cao thượng. Có Cha có Mẹ mới có ta. Nếu không Cha không Mẹ thì làm gì có thân ta ngày hôm nay để mà góp mặt với đời, có được quyền cao tước cả, địa vị phú quý vinh hoa. Có được thân này mới có được phương tiện để tu tập và chứng đắc thánh quả. Đây chính là con đường giáo dục hướng thượng, ngõ hầu con người nỗ lực tiếp cận để vun bồi thiện tâm làm con có hiếu có thảo với Mẹ Cha ngàn đời yêu quí. Chúng ta nghe Phật dạy:

*"Phụng dưỡng Cha và Mẹ*
*Là công đức tối thượng."*
*Hay là:*
*"Tâm hiếu là tâm Phật*
*Hạnh hiếu là hạnh Phật."*

Chúng ta có phụng dưỡng tức là có chăm sóc miếng cơm, ly nước, chiếc áo, chiếc khăn. Khi Cha Mẹ cần giúp đỡ thì người con phải vui vẻ xin làm một cách hoan hỷ, làm một cách tự nguyện chân thành mà không phải khó khăn câu nệ. Biểu tỏ tấm lòng, thương Mẹ thương Cha, dù phải sớm hôm cận kề, thăm Cha viếng Mẹ. Có được vậy mới đúng như lời Phật dạy: phụng dưỡng Cha Mẹ có công đức tối thượng. Từ đây chúng ta rút ra bài học làm người một cách thực tế là chứng tỏ trong các việc làm, lời nói và tư duy luôn đứng trên tinh thần hiếu thảo để làm cho Cha Mẹ vui. Mà Cha Mẹ vui là con có phước. Làm Cha Mẹ buồn là con mất phước, tổn đức, sẽ bị lầm lũi trong cuộc đời. Người bất hiếu với Cha Mẹ là người nghèo khổ, bần cùng, không được xã hội kính trọng, và từ đó sẽ mất tất cả. Sự yêu thương quí mến của bạn bè làng nước. Do vậy, sự hiếu thảo vô cùng quan trọng đối với người con. Hiếu thảo là một bông hoa đẹp, là rặng núi xanh, là cánh lúa vàng, là làn hơi ấm... nuôi lớn đời con trong tình tự giống nòi. Vậy thì, sao ta lại không có hiếu thảo với Mẹ Cha được. Ai được khôn lớn, có chút suy tư, có chút hiểu biết thì đều tỏ ra mình là người biết thương Cha kính Mẹ một cách tự nhiên như trời có nắng, như đêm có trăng, như biển có sóng, như núi có mây, như ngày có vui, người người chung sống. Hiếu thảo là tính giáo dục toàn diện, toàn cầu, toàn nhân loại. Hễ là con người là phải có hiếu thảo, không phân biệt Đông Tây kim cổ. Xưa nay phải là như vậy. Đông Tây là phải vậy. Có hiếu thảo như lời Phật dạy: "Hiếu là sự giàu có. Hiếu là mặt trời giữa trưa. Như đêm trăng trong sáng. Như áng mây trời huyền diệu kỳ vĩ dệt thành hình tượng siêu nhiên. Hiếu là một tâm hồn thánh thiện, có nhiều tình thương và ân sủng."

Đích thực là vậy, tâm hiếu thảo với Mẹ Cha là tâm của chư Phật. Cái tâm đó hiển bày trong tiền thân Phật, là con chim hiếu – chim oanh vũ, đã nuôi Mẹ Cha già yếu, mù lòa một cách siêng năng, cần mẫn. Hình ảnh con Chim Hiếu là hình ảnh cho ta một bài học làm người. Là bổn phận làm con cháu luôn thương Mẹ kính Cha, tưởng nhớ ân đức sinh thành của tổ tiên, dòng tộc. Đó chính là nền văn hóa dân tộc: Uống nước nhớ nguồn. Ăn trái nhớ kẻ trồng cây. Chim có tổ người có tông. Tâm Phật là như vậy. Hạnh hiếu là thuyết pháp hóa độ mẫu thân. Là kê vai khiêng quan tài của Cha đến nơi trà tỳ. Cái tâm Phật, cái hạnh Phật có ai bàn đến không, mà tự ngàn xưa, bài học đó còn vang vọng, mãi cho đến hôm nay, đã quyện vào nền văn hóa dân gian, con người trên thế giới, lấy đó làm hương vị sống để nuôi lớn tinh thần đạo đức hiếu thảo.

Tâm Phật là tâm Từ Bi. Hạnh Phật là hạnh Từ Bi luôn thể hiện việc làm ban vui cứu khổ. Ban vui cho Cha Mẹ. Cứu khổ cho Cha Mẹ mà chúng ta đã thấy trong kinh, đã nghe những bài thuyết giảng của chư tôn đức. Vậy trong kinh thấy gì, chúng ta hãy đọc Kinh Nuôi Dưỡng Mẹ trong Nikaya – Pali Tạng.

"Nhân duyên ở Savatthi. Rồi Bà La Môn Mataposaka đi đến Thế Tôn, sau khi đến nói lên với Thế Tôn những lời chào đón, hỏi thăm, rồi ngồi xuống một bên, và nói với Thế Tôn:

Thưa Tôn Giả Gotama, con tìm món ăn thiết thực theo thường pháp. Sau khi tìm món ăn thiết thực theo thường pháp con nuôi dưỡng Mẹ Cha. Thưa Tôn Giả Gotama, con làm như vậy, con có làm đúng trách nhiệm không? Tâm tư của người con có hiếu, biết tìm món ăn thiết thực đúng pháp để hiến dâng cho Cha Mẹ là một việc làm đúng, việc làm đáng kính trọng, việc làm trong ý thức hiếu thảo của người con. Trong đời sống hôm nay, tất cả ai ai đều làm được như vậy. Làm được bằng cách sớm viếng, tối thăm ân cần thưa hỏi Cha Mẹ. Dâng miếng ăn vật lạ để cúng dường. Đây là tinh thần hiếu thảo mà đức Thế Tôn khuyến thỉnh các hàng đệ tử hãy phụng hành. Biểu tượng của sự phụng hành cho thấy Tôn Giả Đại Mục Kiền Liên được tôn xưng là Đại Hiếu. Đại Hiếu Mục Kiền Liên đã dâng bát cơm cho Mẹ ở thế giới của loài quỉ đói. Đại Hiếu Mục Kiền Liên đã kiền thỉnh đức Thế Tôn rõ bày phương pháp cứu Mẹ trong dịp Đại Lễ Vu Lan – Mùa báo hiếu trong truyền thống Phật Giáo Việt Nam, mà ngày nay đã trở thành một đại lễ ăn sâu vào nền văn hóa dân tộc Việt Nam. Trước khi thị tịch Tôn giả Xá Lợi Phất đã về nhà Mẹ của mình để hóa độ Mẹ.

Bằng mọi cách dẫn dụ, thuyết pháp, thị hiện bằng mọi phương tiện để cho Mẹ được giác ngộ. Thật vậy, Mẹ của Tôn giả Xá Lợi Phất đã đắc quả Thánh ngay trong đêm đó, trước khi Tôn giả Xá Lợi Phất nhập Niết Bàn A La Hán. Cách trả hiếu của các bậc thánh là vậy đó, hướng dẫn Mẹ mình sớm quay về nẻo thiện, phát khởi hạnh lành, tu nhân tích đức để được giác ngộ giải thoát ngay trong đời này mà không chờ đợi đến kiếp lâu xa nào khác. Các bậc thánh trả hiếu cho Mẹ Cha được vậy, chứng tỏ rằng các ngài đã thấm thấu được công ơn trời biển Mẹ Cha vô vàn. Cho nên mỗi khi nghe đức Thế Tôn nói về hiếu thảo đối với Cha Mẹ, thì các ngài phải quyết chí đền đáp ân nghĩa sinh thành của hai đấng song thân. Vì các ngài quán thấy Cha Mẹ chịu cực khổ với con, mang nặng đẻ đau. Bú mớm mà lớn. Ẵm bồng mà khôn. Do vậy mà các ngài không thể không đền đáp ơn sâu, nghĩa dày của Cha Mẹ. Con đường giáo dục hiếu thảo là con đường giáo dục con người vì hiếu thảo là một cái Đạo. Cái Đạo làm người. Cái Đạo nuôi dưỡng dòng máu tổ tông. Truyền thừa giòng giống con cháu. Cái Đạo đích thực của nền văn hóa nhân bản.

Sau khi nghe Bà La Môn Mataposaka hỏi như trên, đức Thế Tôn trả lời:

"Này Bà La Môn, người làm như vậy, có làm đúng trách nhiệm. Này Bà La Môn, ai tìm đồ ăn thiết thực theo thường pháp. Sau khi tìm đồ ăn thiết thực theo thường pháp, lại nuôi dưỡng Mẹ Cha, người ấy được nhiều công đức.

Lời đức Thế Tôn khen ngợi, ai làm được như vậy, là người có được nhiều công đức. Khi chúng ta nghe và hiểu để làm là một nhân duyên lớn đối với đời mình, còn hầu như phần lớn thì quá ít. Quá ít để có hiếu thảo với Mẹ Cha.

*"Ra đi bỏ Mẹ ở nhà*
*Gối nghiêng ai sửa ký trà ai dâng."*

Còn có chút lòng nghĩ tưởng là may mắn lắm rồi:

*"Đêm đêm khấn vái Phật Trời
Cầu cho Cha Mẹ sống đời với con."*

Lời kệ, đức Thế Tôn dạy:
*"Người nào theo thường pháp
Nuôi dưỡng Mẹ và Cha
Chính do công hạnh này
Đối với Cha và Mẹ
Nhờ vậy, bậc hiền thánh
Trong đời này tán thán
Sau khi chết được sinh
Hưởng an lạc chư thiên."*

Con đường giáo dục ở nơi đây chúng ta thấy rõ, ai có lòng nuôi dưỡng Mẹ Cha đúng như pháp thì được các bậc hiền thánh trong đời tán thán, ngợi khen lòng hiếu thảo, rồi sau khi chết còn được sinh thiên để hưởng phước lạc.

"Khi được nghe nói như vậy, Bà La Môn Maaposaka bạch Thế Tôn: Vi diệu thay Tôn Giả Gotama. Thật vi diệu thay Tôn Giả Gotama. Tôn Giả Gotama, như người dựng đứng lại những gì bị ngã đổ; phơi bày ra những gì bị che kín; chỉ đường cho những kẻ bị lạc hướng, hay đem đèn sáng vào trong bóng tối, cho người có mắt thấy sắc. Cũng vậy, Chánh pháp đã được Thế Tôn dùng nhiều phương tiện trình bày giải thích. Vậy nay con xin quy y Thế Tôn, quy y Pháp, quy y Tăng, mong Thế Tôn nhận con làm đệ tử cư sĩ, từ nay cho đến mạng chung, trọn đời qui ngưỡng."

Đọc vào đoạn kinh này, chúng ta thấy vị Bà La Môn này thật dễ thương quá. Người có hiếu với Mẹ Cha, tìm đồ ăn đúng pháp để nuôi dưỡng Cha Mẹ mà lại còn có một niềm tin sâu xa nơi Phật Pháp Tăng, để xin quy y và trọn đời gìn giữ. Ở đây chúng ta có thể hiểu phương cách giáo dục của đức Phật là ấn chứng những gì đúng sự thật và khuyến khích người làm đúng theo sự thật đó. Còn tin hay không tin, làm theo hay không làm là tùy thuộc nơi họ, mà đức Phật không bắt buộc. Con đường giáo dục thực tại khách quan. Phần còn lại để cho người thẩm định và quyết định. Thẩm định và quyết định là tinh thần giáo dục người đánh thức tự kỷ. Hiểu vấn đề để giải quyết vấn đề một cách khách quan trong sáng, mẫn tiệp, làm chủ lòng mình rõ ràng của ý thức giáo dục.

Con đường giáo dục hiếu thảo trong đạo Phật có nhiều vô vàn, trong tự thân của mỗi người, trong tự mỗi môi trường, hoàn cảnh... Căn cơ nào trình độ nào cũng đều được đức Thế Tôn ân cần chỉ dạy. Những tưởng tinh thần giáo dục Hiếu Thảo – Nuôi Dưỡng Mẹ này được mở rộng qua các kinh văn Đại Thừa, để có được cái nhìn phổ quát, trải nghiệm cho tự thân mà hoàn thành bổn phận làm con trong muôn một.

Trong kinh Vu Lan Báo Hiếu Phụ Mẫu Ân:

Trên đường đi hóa độ cùng với hàng Thánh đệ tử, đức Phật thấy bên vệ đường có một đống xương khô, Ngài bèn bước tới và sụp lạy ba lạy, trước sự chứng kiến của hàng đại chúng. Tôn Giả A Nan liền bạch Phật:

*"Thầy là Từ phụ ba phương bốn loài*
*Ai ai cũng kính Thầy dường ấy*
*Cớ sao Thầy lại lạy xương khô?"*

Nghe Tôn Giả A Nan hỏi như vậy, đức Phật giảng giải, quả thật A Nan không biết gì hết, chẳng liễu tri, thẩm thấu bao nhiêu nhân duyên của kiếp người. Chẳng hiểu con đường sanh tử chồng chất bao đời sống rồi chết, chết rồi sống vô lượng kiếp không thể tính đếm, nhớ quên theo trí tuệ của con người thế gian. Kiếp này làm Mẹ, kiếp sau làm con. Kiếp này làm người, kiếp sau làm loài vật... Cứ thế vòng luân hồi vô tận. Đức Phật dạy:

*"Đống xương dồn dập bấy lâu*
*Cho nên trong đó biết bao cốt hài*
*Chắc cũng có ông bà cha mẹ*

*Hoặc thân ta hoặc kẻ ta sanh*
*Luân hồi sanh tử, tử sanh*
*Lục thân đời trước thi hài còn đây*
*Ta lễ bái kính người tiền bối*
*Và ngậm ngùi vì nhớ kiếp xưa."*

Vì nhớ kiếp xưa đã là con của Mẹ. Mẹ bế! Mẹ bồng! Mẹ ru! Mẹ hát con ngủ, cho con của Mẹ chóng ăn, chóng ngủ, chóng lớn, chóng khôn mà thành người hữu dụng cho đời, không uổng công Mẹ tảo tần hôm sớm vì con. Như Lai sụp lạy đống xương vì kính người tiền bối, vì kính trọng ông bà, cha mẹ, kiếp trước đã sinh tiền thân của Như lai, nhưng rồi đã chết, đống xương hỗn tạp còn đây, còn bên lề đường, không hương không khói, không người trông coi, không ai cúng quảy, hoang tàn, điêu linh.

Tinh thần hiếu thảo này, không phải chỉ có hiện đời mà còn có cả lục thân quyến thuộc, cửu huyền thất tổ, cha mẹ nhiều đời nhiều kiếp trong quá khứ cho đến hôm nay và mãi mãi cha mẹ trong tương lai. Trả hiếu thảo cho cha mẹ trong quá khứ, vì quá khứ chúng ta đã có cha mẹ. Trả hiếu cho cha mẹ hiện đời, vì thân ta đang có hôm nay và cha mẹ còn đang sống với chúng ta hôm nay. Trả hiếu cho cha mẹ trong tương lai vì ta sẽ được cha mẹ sinh ra trong ngày tháng ở tương lai. Như vậy, ba thời chúng ta đều phải nhớ công ơn sinh thành của cha mẹ mà đền đáp công ơn hiếu thảo. Chúng ta đã nuôi dưỡng Mẹ trong quá khứ. Chúng ta đang nuôi dưỡng Mẹ trong hiện tại. Và chúng ta sẽ nuôi dưỡng Mẹ trong tương lai. Không có cha mẹ làm sao có thân ta chào đời, làm sao ta được lớn khôn thành vóc nên hình, có quyền cao tước cả, có tiếng tăm lừng lẫy trên đời. Do vậy, đức Thế Tôn dạy kinh Nuôi Dưỡng Mẹ là tinh thần giáo dục Hiếu Thảo, chúng ta phải phụng hành.

Để thấy rõ tiến trình hình thành thân của người con, đức Phật đã dạy:

*"Thân đàn bà nhiều bề cực nhọc*
*Sanh được con thập ngoạt cưu mang*
*Tháng đầu, thai đậu tợ sương*
*Mai chiều gìn giữ sợ tan bất thường*
*Tháng thứ nhì dường như sữa đặc*
*Tháng thứ ba như cục huyết ngưng*
*Bốn tháng đã tượng ra hình*
*Năm tháng ngũ thể hiện sinh rõ ràng*
*Tháng thứ sáu lục căn đều đủ*
*Bảy tháng thì đủ bộ cốt xương*
*Lại thêm đủ lỗ chân lông*
*Cộng chung đến số tám muôn bốn ngàn*
*Tháng thứ tám hoàn toàn tạng phủ*
*Chín tháng thì đầy đủ vóc hình*
*Mười tháng thì đến kỳ sinh."*

Sự hình thành của một đứa con là vậy đó, những ai xem thường công đức của Mẹ mang thai con trong lòng, thì hãy nên ăn năn sám hối; nhớ đừng bất hiếu với Mẹ mà phải cưu mang tội đồ, con đường đến ba cõi dữ sẽ không xa đâu, đang mở cửa để chào đón những ai bất hiếu ngỗ nghịch với mẹ, như câu chuyện – Quả báo làm Mẹ đau khổ.

Công ơn của Mẹ mang con trong lòng, công ơn của Mẹ sinh con rồi nuôi con lớn. Công ơn của Mẹ dựng vợ gả chồng nên bề gia thất cho con được an nhàn, là cả một thời gian công lao của Mẹ. Ngôn ngữ trần gian không thể nói sao cho đủ. Đọc đoạn kinh trên đủ cho chúng ta một bài học làm được thân người là khó. Vậy mà hôm nay ta đã được công ơn của Mẹ mà thành tựu. Do vậy, làm con phải có hiếu thảo với Mẹ Cha.

Đức Phật dạy trong các kinh về sự phụng dưỡng Mẹ rất rõ ràng. Nhân đây, chúng ta hãy đọc qua những lời dạy ấy. Những tinh thần giáo dục Hiếu Thảo ngàn đời luôn trong sáng và mới mẻ trong con.

Kinh Tâm Địa Quán:
*"Ở đời mẹ hiền chịu thai con*
*Mười tháng cưu mang luôn chịu khổ*
*Với năm dục lạc tình không đắm*
*Tùy thời ăn uống cũng chung đồng*
*Ngày đêm canh cánh lòng thương xót*
*Đi đứng nằm ngồi chịu khổ đau*
*Đến thời mãn nguyệt sinh con dại*
*Đau tựa dao gươm cắt ruột gan*
*Mê mẩn đông tây không phân biệt*
*Khắp thân đau đớn khó nhẫn kham..."*

Kinh Bổn Sự:
"Cha mẹ đối với con, công đức cao nặng sâu dày: ân đức sản sinh từ tâm bú mớm, ân đức tắm giặt nuôi nấng trưởng thành, ân đức cung cấp các món cần dùng, ân đức chỉ dạy cách sống ở đời. Cha mẹ luôn luôn muốn con rời khổ được vui, không bao giờ xao lãng nhớ con thương con như bóng theo hình."

Kinh Tâm Địa Quán:
"Ân cha hiền lớn như núi cả, ân mẹ hiền to như bể rộng, không gì hơn một niềm hiếu thuận, đem vật nhỏ mọn nuôi dưỡng mẹ lành, ở đời lấy gì làm sáng, lấy gì làm tối? Mẹ hiền còn sống gọi là mặt trời giữa trưa chói sáng, mẹ hiền khuất bóng gọi là mặt trời đã lặn; mẹ hiền còn sống gọi là mặt trăng sáng tỏ, mẹ hiền mất rồi gọi là đêm tối âm u."

*"Quả đất ở đời gọi là nặng*
*Mẹ hiền ơn nặng quá hơn nhiều*
*Tu Di người đời gọi là cao*
*Mẹ hiền ân cao quá hơn nhiều*
*Gió lốc ở đời gọi là mau*
*Nhất niệm mẹ hiền mau hơn nhiều."*

Kinh Hiếu Tử:
"Làm con phụng dưỡng cha mẹ, dùng trăm vị cam lồ dâng

cúng cha mẹ, dùng thiên nhạc vi diệu làm vui lòng cha mẹ, sắc phục tôn quý nhất chói sáng thân cha mẹ, hai vai tự cõng cha mẹ đi cùng khắp bốn biển, trọn đời đáp ân nuôi dưỡng cha mẹ, như vậy chưa gọi là Hiếu. Cha mẹ không kính thờ Tam Bảo, làm con phải biết hướng dẫn cha mẹ có niềm tin sâu sắc và dốc lòng tu tập theo lời Phật dạy, như vậy mới gọi là Hiếu."

Long Thư Tịnh Độ:
"Lấy món cam lồ phụng dưỡng cha mẹ là hiếu thế gian. Khuyên cha mẹ tu tịnh giới là hiếu xuất thế gian. Hiếu thế gian thì cha mẹ chỉ hưởng phước trong một đời, báo hiếu như vậy không lớn. Hiếu xuất thế gian giúp cha mẹ hưởng phước vô tận, vì cha mẹ được sinh Tịnh Độ phước thọ trải vô lượng kiếp, như vậy mới là đại hiếu."

Khi Kiết Bồ Tát Giới, đức Phật dạy rằng: "Hiếu thuận với cha mẹ, sư tăng, Tam Bảo. Hiếu thuận là pháp chí đạo. Hiếu gọi là Giới, cũng gọi là Cấm Giới."

Dẫn chứng vài kinh luật như thế, để tất cả chúng ta thấy được công ơn của cha mẹ to lớn mà giữ lòng hiếu thảo, trọn phận làm con.

# GIÁO DỤC
# PHẬT TỬ CÓ NIỀM TIN BẤT HOẠI NƠI TAM BẢO
## (KINH MAHANAMA)

Thông thường chúng ta hiểu người Cư Sĩ Phật Tử là người có một đời sống gia đình. Sự sinh hoạt như bao nhiêu người trong xã hội. Đời sống của một người có vợ chồng, con cháu, có đầy đủ tất cả mọi ý nghĩa trong tầm tay con người, như nhà ở, xe đi, cơm ăn, áo mặc, tiền tài, danh vọng... không thiếu một cái gì hết. Chúng ta hiểu như thế thì chỉ đúng mới có một nửa; đúng ở phần vật chất, cơm áo gạo tiền. Nhưng nếu con người chỉ biết có cơm áo gạo tiền thì có lẽ cái đầu phải gục xuống chấm đất và hai chân thì chống lên trời. Tại sao vậy? Vì cái đầu quá nặng 4 thứ ấy – cơm áo gạo tiền nên gục xuống. Cái đầu mãi lo nghĩ những thứ kim tiền, cái danh, cái lợi thuộc phần vật chất thì đời sống sẽ mất thăng bằng, bị trầm nịch trong cái kim tiền mà không còn ý vị thanh cao, lịch lãm của người có nhân cách tri thức, có đạo đức lễ nghi. Đời sống vật chất, là người thế gian, xuôi theo dòng sinh tử, chỉ biết góp nhặt những gì mà lòng mình muốn có để được sang giàu, áo quần bảnh bao, mũ cao áo rộng, xênh xang trong kiếp phù sinh, mà không có tu tập phước lành, tích lũy công đức cho mình ở đời này, cũng như mai sau. Đây là lý do mà Mahanama hỏi đức Phật, thế nào là người cư sĩ? Khi chúng ta nghe hỏi thế nào là người cư sĩ, thì chợt hiểu rằng cư sĩ là đệ tử của đức Thế Tôn, sống đời gia đình. Có quy y Tam Bảo; có ăn chay niệm Phật; có lễ Phật đi chùa; có làm các Phật sự. Trong ý nghĩa này, thì Ưu Bà Tắc là người nam cư sĩ Phật tử, gần gũi với Phật pháp để hộ trì Phật pháp. Ưu Bà Di là người nữ cư sĩ Phật tử gần gũi với Phật pháp để hộ trì Phật pháp, đích thực là như vậy, cư sĩ có một đời sống xã hội nhưng cao thượng hơn những người sống trong xã hội mà không được gọi là cư sĩ, vì họ không phải là đệ tử Phật; họ không ăn chay; họ không tu thiện; họ không làm lành lánh dữ; họ không biết thương người và làm lợi ích cho ai... nên không gọi là cư sĩ. Để hiểu rõ hơn về ý nghĩa cư sĩ- đệ tử Phật tại gia, qua Kinh Mahanama, đức Phật dạy:

Một thời đức Thế Tôn sống giữa dân chúng Sakka, tại thành Kapilavatthu, trong rừng cây bàng. Rồi họ Thích Mahanama đi đến Thế Tôn, sau khi đến... ngồi xuống một bên, họ Thích Mahanama bạch Thế Tôn:

"Bạch Thế Tôn, cho đến như thế nào là người cư sĩ?"

Chúng ta thấy, đức Thế Tôn từ từ trả lời từng đức tính một của người cư sĩ. Là tinh thần giáo dục có cấp bậc, với thời gian, khả năng tiếp thu, hay trình độ... Đức Thế Tôn đã dạy theo thứ lớp. Trước tiên là điều căn bản nhất, là bổn phận, trách nhiệm đầu, của người cư sĩ ấy là:

"Này Mahanama, ai quy y Phật, quy y Pháp, quy y Tăng, cho đến như vậy, là người cư sĩ."

**Đức tính thứ nhất là quy y Phật:** mà cũng là phương pháp giáo dục tuyệt vời, là để khẳng định rằng ai có thọ Tam quy, thì mới gọi là cư sĩ Phật tử – đệ tử Phật. Còn chưa quy y Tam Bảo thì chưa gọi là đệ tử Phật, chưa gọi là cư sĩ Phật tử. Điều này chúng ta phải hiểu rõ ràng, đích thực, không lầm lẫn... vì người có quy y Tam Bảo thì mới hiểu được thế nào là Tam Bảo, khi phát nguyện thọ trì và lắng nghe vị giới sư giảng giải: Phật Bảo

– là đấng quý báu nhất trên thế gian này. Bởi vì Phật là người hoàn toàn giác ngộ. Giác ngộ cái sinh tử luân hồi. Giác ngộ cái vô minh triền phược. Giác ngộ cái thân năm uẩn này giai không. Giác ngộ đời vô thường vô ngã. Giác ngộ sự sự vật vật đều là Duyên Sinh, mà duyên sinh tức là tự tánh vốn không. Nói chung giác ngộ những điều chúng sanh lầm lạc, say đắm theo lòng tham sân chấp ngã. Đức Phật được tôn xưng là Bậc Đạo Sư, là cha của bốn loài – thai sanh, noãn sanh, thấp sanh, hóa sanh, là Thầy của tất cả Pháp giới chúng sanh trong 3 cõi. Phật được tôn xưng là Bậc Vô Sở Trước, Đẳng Chánh Giác, là Ứng Cúng, Chánh Biến Tri, Phật là Như Lai Bất Động. Chỉ chừng ấy không thôi là đủ đức tính Tối Tôn Tối Quý rồi. Chúng ta không thể nói trọn vẹn về Phật được. Vì Phật là Đấng Giác Ngộ, Pháp Thân, là Mâu Ni tịnh tịch, là vô vi vô lậu, mà ta đem cái ngôn ngữ hữu vi, hữu lậu, phàm tình thì làm sao mà định nghĩa, nói về Phật được. Đem cái hữu vi – tương đối để luận bàn về cái vô vi – tuyệt đối. Đem cái sanh tử luân hồi thế gian mà lý giải cái vô sanh bất tử thì quả là khó thật, không đúng qua cái tu chứng của Phật pháp. Nhưng nếu chúng ta đem một cái tâm thánh thiện, một cái tâm chân thật bất hư, một niềm tin bất hoại, một cái tâm tự nhiên thiên nhiên trong sáng, ấu thơ mộc mạc, không lắm lý luận, chia chẻ, phân tích... thì nhìn một nụ hoa xinh đẹp trong buổi ban mai thì đó là Phật. Một tâm yên vui, ngồi dưới gốc cây, nhìn chiếc lá vàng rơi, đó là Phật. Thấy một em bé đói rách, lang thang, niềm nở chân tình cho một cái bánh bao, đó là Phật... quanh ta có Phật. Nơi nào yên vui, an lành thanh thoát, nơi đó có Phật. Vậy quy y Phật, hiểu theo nghĩa bình dân là nương tựa nơi Phật, tánh giác ngộ, sự an lành, thanh tịnh, yên vui sâu lắng. Đây chính là nơi quy y quý báu của chính mình, nơi an toàn vì chỉ có hạnh phúc, chỉ có an lạc yên vui, tự tại.

**Đức tính thứ hai là quy y Pháp:**

Người cư sĩ Phật tử phải nương tựa nơi Pháp. Có nương tựa

nơi Pháp thì mới học hỏi nơi Pháp. Học hỏi lời Phật, y cứ lời Phật dạy, là người cư sĩ không làm ác, tránh xa điều ác, không suy nghĩ đến điều ác, không nghe đến tiếng ác, không nhìn thấy việc làm ác, có nghĩa là phòng hộ sáu căn khi tiếp xúc với sáu trần, mà sáu trần đó có tính ác thì xin lánh xa, không gần gũi, không tiếp cận. Giáo pháp có khả tính chuyển mê khai ngộ, chuyển phàm thành thánh. Chuyển cái vô minh thành cái minh, trong sáng giác ngộ. Vì Giáo pháp được ví như chiếc bè qua sông. Chiếc bè ấy đưa người từ bờ mê bên này, sang dòng sông qua bờ bên kia giác ngộ. Tự tánh của Pháp hoàn toàn thuần thiện, là báu vật hy hữu, nếu ai có được báu vật này, sử dụng đúng mức, đúng phương pháp thì sẽ là người đạt được Pháp Bảo thứ hai này.

**Đức tính thứ ba là quy y Tăng:**

Người cư sĩ Phật tử phải nương tựa nơi chúng Tăng, vì chúng Tăng là những bậc Thầy trực tiếp hướng dẫn chỉ bày con đường, giáo pháp để Phật tử tu tập. Có chúng Tăng mới có các tự viện, mới có những đạo tràng tu học, mới có những Phật sự xây dựng chùa viện, để cùng tu, cùng học với nhau, như là các vị thiện hữu tri thức, là những bậc Thầy tu chứng, dày dạn khả năng tu tập để trao truyền kinh nghiệm lại cho cư sĩ Phật tử, là những bậc kỳ túc, đạo đức cao trọng, làm lợi lạc quần sanh. Do vậy mà phải nương tựa vào Tăng Bảo. Tăng là từ bốn người trở lên, phải hòa hiệp, thanh tịnh, đúng nghĩa, bản thể của Tăng là trong sáng thuần nhất. Chúng Tăng phải tự mình tu trì giới hạnh, gìn giữ giới đức trang nghiêm, tự tu cho mình và còn tu cho người khác nữa, song cả hai cùng tu – tự lợi lợi tha, tự giác giác tha. Đây chính là sự quí báu của Tăng, là đệ tử của chư Phật. Như vậy, Tam Bảo, Bảo nào cũng vì sự tu chứng cho chúng sanh, vì sự an lạc và hạnh phúc cho tất cả loài hữu tình lẫn vô tình, mà không làm sự tổn giảm, đau thương cho muôn loài, luôn luôn vun quén, tô bồi cho sự sống của mọi loài dù hữu tình hay vô tình, nói chung là chúng sanh đều lợi ích. Từ ý nghĩa này nên gọi Phật, Pháp, Tăng là ba ngôi báu. Do vậy, là đệ tử Phật, là cư sĩ Phật tử phải quy y Tam Bảo, mới gọi là cư sĩ cao thượng.

**Đức tính thứ tư:**

"Bạch đức Thế Tôn, cho đến như thế nào là người cư sĩ đầy đủ giới?"

"Này Mahanama, người cư sĩ từ bỏ sát sanh; từ bỏ lấy của không cho; từ bỏ tà hạnh trong dục vọng; từ bỏ nói láo; từ bỏ đắm say rượu men, rượu nấu, cho đến như vậy là người cư sĩ đầy đủ giới."

Sau khi quy y Tam Bảo, đức Phật dạy tiếp là người cư sĩ Phật tử phải tiến tới một bước nữa là thọ trì năm giới cấm. Đây chính là năm giới căn bản, nền tảng của tất cả các giới khác. Năm giới này, gìn giữ, phát triển tinh thần tu học một cách nhuần nhuyễn, sâu xa để người cư sĩ Phật tử tiến thân trên đạo lộ tu tập một cách tinh cần, vững chắc. Nếu không có 5 giới này thì tất cả những giới khác không có nơi lập cước. Giống như tòa nhà 10 tầng, mà nếu không xây 5 tầng dưới một cách vững chắc, kiên cố, thì 5 tầng trên không biết nương tựa vào đâu. Do vậy, người cư sĩ Phật tử phải thọ trì 5 giới là điều căn bản, mà có thọ trì 5 giới thì mới gọi là cư sĩ Phật tử. Còn không thọ 5 giới thì không gọi là cư sĩ Phật tử. Vì không hợp pháp theo tính qui ước. Có quy y Tam Bảo, có thọ trì 5 giới cấm thì mới gọi là cư sĩ Phật tử. Phải được là: "Tùng Phật khẩu sanh. Tùng Pháp hóa sanh. Đắc Phật Pháp phần. Thị danh Phật tử," mà Kinh Pháp Hoa đã nói rõ: phải là từ miệng Phật sinh ra. Phải từ nơi giáo pháp sinh ra. Phải nắm được đôi phần giáo pháp Phật dạy, thì mới gọi là cư sĩ Phật tử, chứ không thể nói suông, lạm xưng cư sĩ Phật tử được. Lạm xưng cư sĩ Phật tử là cư sĩ sáo rỗng. Còn cư sĩ Phật tử có tu có học có hành trì giáo pháp, có giữ giới, ăn chay thì đây là Phật tử, cư sĩ chân chính, là một trong 7 hàng đệ tử của đức Thế Tôn, còn cư sĩ lạm phát rỗng không là cư sĩ ngoại đạo, không thể dự phần vào hàng đệ tử Phật được. Con đường giáo dục toàn diện là vậy đó. Giáo dục người thuần thành. Giáo dục người đạo đức. Giáo dục người tiến thân trên giá trị chân, thiện, mỹ, và rốt ráo chứng đắc Thánh quả giải thoát. Cư sĩ Phật tử là người có khả năng làm Thầy thiên hạ. Làm bậc Thầy mô phạm cho thiên hạ. Tiêu biểu tinh thần tu tập thật đức này, tinh thần cư sĩ hành Bồ Tát Đạo này, một trưởng giả Duy Ma Cật, một Thắng Man Phu Nhân... nhân cách cư sĩ siêu thoát, tuyệt vời, chứng đắc Thánh hạnh an vui, tự tại trong thế giới ba ngàn này.

**Đức tính thứ năm:**

"Bạch đức Thế Tôn, cho đến như thế nào là người cư sĩ đầy đủ Tín?"

Ở đây, người cư sĩ có lòng tin, có sự giác ngộ của Như Lai: "Đây là Thế Tôn, bậc A La Hán... Phật, Thế Tôn. Cho đến như vậy là người cư sĩ đầy đủ Tín."

Lòng Tin là nhơn sinh ra muôn công đức lành là quả. Người cư sĩ Phật tử xây dựng Lòng Tin của mình một cách thánh thiện. Lòng Tin trong sáng. Lòng Tin có lý trí. Lòng Tin khách quan đúng sự thật. Lòng Tin gắn chặt vào đời sống Phật pháp của chính mình. Có được đức tin bất hoại nơi Tam Bảo, nơi giới tướng, giới tánh mà mình đã thọ thì đây là một năng lực tốt để tài bồi trên tiến trình tu chứng, gặt hái nhiều thành quả tốt đẹp nơi chính mình. Một khi niềm tin vững chắc, không lay động, không chi phối, thì có nghĩa là khả tính tu tập của mình đặt đúng chỗ, không nghi ngờ, thắc mắc làm xao lãng con đường tu. Người cư sĩ đặt trọn niềm tin đây là Phật. Đây là Như Lai, đây là Bậc A La Hán... Phước Trí vẹn toàn. Là bậc Thầy của Trời Người. Là đấng cha lành của bốn loài chúng sanh, mà cứ thế mà hành trì, ắt có ngày đạo quả viên thành, mà một khi đạo quả được viên thành, sở cầu tu tập được thành tựu, thì đây chính là niềm tin đặt đúng chỗ, từ sự đúng chỗ này mà sinh ra kết quả không thể nghĩ bàn. Đích thực xứng danh người cư sĩ có lòng tin bất hoại, không thối chuyển,

**Đức tính thứ sáu:**

"Bạch đức Thế Tôn, cho đến như thế nào là người cư sĩ đầy đủ lòng bố thí?"

Ở đây, người cư sĩ sống ở gia đình, tâm thoát khỏi cấu uế của xan tham, bố thí dễ dàng, bàn tay rộng mở, thích thú từ bỏ, đáp ứng điều yêu cầu, thích thú chia sẻ vật bố thí, cho đến như vậy, là người cư sĩ đầy đủ bố thí."

Đọc vào lời kinh Phật dạy, người cư sĩ sống đời gia đình nhưng tâm thoát khỏi cấu uế của xan tham, có nghĩa là không rít rắm, keo kiệt, bo bo gìn giữ vật chất cho mình, mà không giàu lòng giúp đỡ, thí cho người cần có. Cần có cơm ăn, nhưng không có cơm ăn, cần có thuốc uống, nhưng không có thuốc uống, cần có tiền tiêu, nhưng không có tiền tiêu, cần có nhà ở, nhưng không có nhà ở... Người cư sĩ giàu lòng bố thí một cách dễ dàng, là người mở rộng bàn tay, mà không phải là nắm bàn tay lại. Đây là giáo dục ý thức tình thương, là tính người nhân bản. Sự sống của mình là sự sống của người, hạnh phúc của mình là hạnh phúc của người, sự bình an của người là sự bình an của mình. Người cư sĩ được giáo dục "thích thú từ bỏ, đáp ứng yêu cầu, thích thú chia sẻ vật bố thí." Lời kinh dạy, ta thấy thật hạnh phúc cho những cư sĩ giàu lòng bố thí, giàu lòng từ bỏ, giàu lòng chia sẻ... Một triết lý sống trong tinh thần xả kỷ vị tha. Đúng nghĩa là người cư sĩ.

**Đức tính thứ bảy:**

"Bạch đức Thế tôn, cho đến như thế nào là người cư sĩ đầy đủ trí tuệ?"

Ở đây, người cư sĩ có đầy đủ trí tuệ, thành tựu trí tuệ về sanh diệt, trí tuệ các bậc thánh thể nhập, đưa đến chơn chánh, đoạn tận khổ đau. Cho đến như vậy, là người cư sĩ đầy đủ trí tuệ."

Trong sự tu tập hằng ngày, người cư sĩ phải quán chiếu, nhận chân về lẽ sinh diệt. Có nghĩa người cư sĩ phải có trí tuệ, hiểu biết rõ ràng về sanh. Ta có mặt hôm nay là do nhiều nhân duyên tập thành từ trong quá khứ. Từ trong quá khứ để có sự sống bây giờ. Vậy sự sống bây giờ không vì lẽ đơn thuần mà có. Có từng chập thời gian nối tiếp. Có từng hành vi tạo tác. Sự sống liên tục ngàn đời, người cư sĩ phải có trí tuệ thấy suốt như vậy. Nếu không có trí tuệ tu tập thì không thể thấy được, mà một khi không thấy được sự sanh thì hẳn nhiên cũng không thấy được sự diệt. Như vậy là vô minh, sanh diệt vô cùng. Nhưng điểm cần nói ở đây là cư sĩ phải có trí tuệ các bậc thánh thể nhập, đưa đến chơn chánh thì mới đoạn tận khổ đau. Bằng không như vậy, thì chẳng gọi là cư sĩ.

Đức Thế Tôn đã trang bị cho người cư sĩ một số nhân học đạo thâm trầm, cao quí, xứng danh là đệ tử Phật. Trên tiến trình tu chứng cũng tác thành thánh giả, cũng đủ tư cách vượt bờ bên kia. Do vậy, qua bản kinh Mahanama này, đức Phật đã đề bạt ra con đường giáo dục cho người cư sĩ có đầy đủ những đức tính như trên, để vững lòng và đầy đủ tự tin với chính mình để tu, để được gọi là đệ tử Phật có 5 đức tính:

Quy Y Tam Bảo- Phật, Pháp, Tăng.

Thọ trì năm giới- Không sát sanh. Không trộm cắp. Không tà hạnh. Không nói dối. Không uống rượu.

Đầy đủ niềm tin vững chắc, bất hoại.

Giàu lòng bố thí, cúng dường.

Đầy đủ trí tuệ, để liễu tri sanh diệt.

Hội đủ 5 đức tính này, xứng danh là Cư Sĩ.

# GIÁO DỤC
# TỰ THÂN TÁC CHỨNG
# *(KINH ĐỨC PHẬT)*
### [Trường Bộ Kinh, Tập III, trang 144b]

Đây là bản kinh mà đức Phật thuyết giảng về đời sống tiền thân của Phật, dù ở đâu, quốc độ nào, hoàn cảnh môi trường nào đức Phật thảy đều sống trong chánh pháp; sống cho con người; sống cho chúng sanh, tất cả các loài. Sống vì lợi ích để hướng dẫn, sách tấn ai cũng được giác ngộ giải thoát, nếu ai có học, có tu, có tinh cần chuyên lo tích lũy công đức, có biết nghĩ rằng thân người không bền chắc, có đó rồi không. Cuộc sống là vô thường không hẹn một ai, không chừa một vật nào, vì có hình là có hoại. Do vậy mà đức Thế Tôn đã hiển bày tất cả những đức tính thiện lành, từ nơi tự thân của Phật để cho con người thấy, hay dù cho không thấy, nhắm mục đích làm lợi lạc, an lành, hạnh phúc cho chư thiên, loài người và tất cả.

Một cách tóm lược, qua bản Kinh Đức Phật, gồm có 19 phần giảng dạy, chúng ta hãy lần lượt học vào từng phần một, để thấy được con đường giáo dục tự thân, vô cùng quan trọng, nếu ai hành trì được như Phật thì phước lạc tối thắng:

### Thứ nhất:

"Này các Thầy Tỳ Kheo, trong bất kỳ đời trước nào, hiện hữu nào, Như Lai đời trước làm người kiên trì và không giao động đối với các thiện pháp; thiện hành về thân; thiện hành về miệng; thiện hành về ý; phân định bố thí; thủ hộ giới luật; tuân giữ các lễ bố tát; hiếu kính với Mẹ; hiếu kính với Cha; cúng dường Sa Môn; cúng dường Bà La Môn; tôn kính các bậc đàn anh trong gia đình và tất cả các vị trưởng thượng khác.

### Thứ hai:

Này các Thầy Tỳ Kheo, trong bất kỳ đời trước nào, hiện hữu nào, trú xứ nào, Như Lai đời trước làm người; sống vì hạnh phúc chúng sanh; trừ diệt mọi sợ hãi kinh hoàng; sắp đặt sự che chở; hộ trì bảo vệ đúng pháp; bố thí cho các người tùy tùng.

### Thứ ba:

Này các Thầy Tỳ Kheo, trong bất kỳ đời trước nào, hiện hữu nào, trú xứ nào, Như Lai đời trước làm người từ bỏ sát sanh, chế ngự sát sanh, bỏ trượng, bỏ kiếm, biết tàm quý; có lòng từ; sống thương xót đến hạnh phúc của tất cả chúng sanh và loại hữu tình.

### Thứ tư:

... Như Lai đời trước làm người là vị bố thí các món ăn loại cứng, loại mềm, các loại nấm thơm, loại uống, cao lương mỹ vị.

### Thứ năm:

Như Lai đời trước làm người được đầy đủ bốn nhiếp pháp – bố thí, ái ngữ, lợi hành, đồng sự.

### Thứ sáu:

Như Lai đời trước làm người, Như Lai là một vị nói lời liên hệ lợi ích cho chúng sanh; liên hệ đến Pháp; giải thích cho đại chúng; đem lại hạnh phúc an lạc cho chúng sanh; tán dương chánh hạnh.

**Thứ bảy:**

Như Lai đời trước làm người; Ngài siêng năng học hỏi nghề nghiệp; mọi kỹ thuật; oai nghi hay hành động: "Làm thế nào để tôi mau học được; làm thế nào để tôi mau biết; làm thế nào để tôi mau thu hoạch được; khỏi phải nhọc mệt lâu ngày."

**Thứ tám:**

Như Lai đời trước làm người không sân hận; hoàn toàn không áo não; dù có bị nói nhiều cũng không tức tối; không phẫn nộ; không hiềm khích; không mất bình tĩnh; không biểu lộ phẫn nộ; không sân hận phiền muộn. Trái lại Ngài bố thí các đồ che đắp; mang mặc mềm mại; vải len mềm mại.

**Thứ chín:**

Như Lai đời trước làm người, Ngài làm cho sum họp lại những bà con bạn bè thân tín không gặp nhau lâu ngày; bị đau khổ lâu ngày; làm cho sum họp lại mẹ với con, con với mẹ; làm cho sum họp lại cha với con, con với cha; làm cho sum họp lại giữa anh em với nhau; làm cho sum họp lại giữa anh và chị, giữa chị và em; làm cho hòa hợp lại, sống vui vẻ với nhau.

**Thứ mười:**

Như Lai đời trước làm người, tha thiết với sự lợi ích của đại chúng; tha thiết với hạnh phúc; tha thiết với sự thoải mái; tha thiết với sự an ủi của đại chúng: "Làm thế nào cho chúng tăng trưởng lòng tin; tăng trưởng giới; tăng trưởng đa văn; tăng trưởng bố thí; tăng trưởng pháp; tăng trưởng trí tuệ; tăng trưởng tài vật và lúa gạo; tăng trưởng đất ruộng; tăng trưởng các loài hai chân và bốn chân; tăng trưởng vợ con; tăng trưởng đầy tớ và lao công; tăng trưởng bà con; tăng trưởng bạn bè; tăng trưởng quyến thuộc."

**Thứ mười một:**

Như Lai đời trước làm người quán sát và hiểu biết rõ ràng toàn thể đại chúng; biết mình; biết người; biết sự sai biệt giữa mọi người: "Người này xứng đáng như thế này; người kia xứng đáng như thế kia" và Ngài hành động tùy theo sự sai biệt giữa mọi người ấy.

**Thứ mười hai:**

Như Lai đời trước làm người, không làm điều gì hại các loài hữu tình, hoặc bằng tay, bằng đá, bằng gậy hay bằng dao.

**Thứ mười ba:**

Như Lai lúc xưa làm người có thói quen không ngó liếc, không ngó xiên, không ngó trộm; nhưng tâm chánh trực mở rộng, cao thượng, Ngài nhìn đại chúng với tâm từ bi.

**Thứ mười bốn:**

Như Lai lúc xưa làm người là người lãnh đạo đại chúng về các thiện pháp; là vị tiền phong đại chúng về thiện hành thuộc về thân khẩu ý; phân phát bố thí; thủ hộ giới luật; tham dự các lễ bố tát; hiếu kính cha mẹ; lễ kính sa môn; cung kính bậc trưởng thượng trong gia đình và về các thiện pháp khác.

**Thứ mười lăm:**

Như Lai lúc xưa làm người từ bỏ nói láo, tránh xa nói láo, nói lời chân thật; y chỉ chân thật; chắc chắn đáng tin cậy; không thất hứa một ai.

**Thứ mười sáu:**

Như Lai lúc xưa làm người, từ bỏ nói hai lưỡi; tránh xa nói hai lưỡi; nghe điều gì chỗ này này không đi nói chỗ kia để sanh chia rẽ ở những người này; nghe điều gì chỗ kia không đi nói với những người này để sinh ra chia rẽ ở những người kia. Ngài sống hòa hợp, hoan hỷ trong hòa hợp, vui thích trong hòa hợp, thoải mái trong hòa hợp, nói lời đưa đến hòa hợp.

**Thứ mười bảy:**

Như lai lúc xưa làm người, từ bỏ lời nói ý ngữ; tránh xa lời nói ý ngữ; nói đúng thời; nói những lời chân thật; nói những lời có ý nghĩa; nói những lời về chánh pháp; nói những lời về luật; nói những lời đáng được gìn giữ; những lời hợp thời, thuận ý, có mạch lạc, hệ thống, có ích lợi.

**Thứ mười tám:**

Như Lai lúc xưa làm người; Ngài từ bỏ lời nói độc ác; nói những lời không lỗi lầm, đẹp tai, dễ thương; thông cảm đến tâm, tao nhã, đẹp lòng nhiều người, vui lòng nhiều người. Ngài nói những lời như vậy.

**Thứ mười chín:**

Như Lai đời trước làm người, từ bỏ tà mạng, sống theo chánh mạng, tránh xa các sự gian lận bằng cân, tiền bạc đo lường, hối lộ, gian trá, lừa đảo; không làm tổn thương, sát hại, câu thúc, tước đoạt, trộm cắp, cướp phá.

Tóm lược 19 điều trên, chúng ta thấy đời sống của đức Như Lai như một khối lưu ly, trong suốt, tinh ròng, sáng chói, không tì vết, vấn đục. Đời sống của một bậc giác ngộ. Vì thương tưởng cho chư thiên và loài người, vì sự bình an hạnh phúc cho tất cả mà Như Lai đã thi thiết các hạnh lành, trên giá trị tuyệt vời của Từ Bi, Trí Tuệ. Đức Như Lai đã sống vì và cho tất cả. Cái còn lại bây giờ là tự thân của mỗi người có chiêm nghiệm một cách sâu xa và thực hành theo lời dạy của đức Phật hay không mà thôi. Còn những gì đức Phật dạy thì rõ ràng như thế, chân thật như thế. Ước mong rằng mỗi người tự đặt mình trên con đường giáo dục này để làm hoàn thiện đời sống và tiến xa hơn nữa.

# GIÁO DỤC SỰ HƯNG THỊNH CỦA MỘT QUỐC GIA (KINH HÒA HỢP CƯỜNG THỊNH)

Một thời Thế Tôn ở tại thành Vương Xá trên núi Linh Thứu. Vì nhơn duyên vua A Xà Thế muốn kéo quân đi đánh nước Bạt Kỳ. Do vậy, vua sai đại thần Vũ Xá đến hầu Phật và thỉnh ý Phật, về việc chinh phục nước Bạt Kỳ có chiến thắng hay không. Qua câu chuyện này đức Phật đã không trả lời trực tiếp với đại thần Vũ Xá mà đức Phật nói qua với ngài A Nan, là thị giả đang đứng hầu Phật. Đức Phật gọi ngài A Nan:

"Này Ananda, ngươi có nghe dân Bạt Kỳ hay tụ họp và tụ họp đông đủ với nhau không?"

Ngài Anada trả lời:

"Bạch đức Thế Tôn, con có nghe."

Điều cường thịnh thứ nhất:

"Này Ananda, khi nào dân Bạt Kỳ thường hay tụ họp đông đảo với nhau thời, này Ananda, dân Bạt Kỳ sẽ được cường thịnh, không bị suy giảm.

"Này Ananda, ngươi có nghe dân Bạt Kỳ tụ họp trong niệm đoàn kết và làm việc trong niệm đoàn kết không?"

"Bạch đức Thế Tôn, con có nghe."

Điều cường thịnh thứ hai:

"Này Ananda, khi nào dân Bạt Kỳ tụ họp trong niệm đoàn kết, giải tán trong niệm đoàn kết, và làm việc trong niệm đoàn kết, này Ananda, dân Bạt Kỳ sẽ được cường thịnh, không bị suy giảm.

Này Ananda, ngươi có nghe dân Bạt Kỳ không ban hành những luật lệ không được ban hành, không hủy bỏ những luật lệ đã được ban hành, sống với truyền thống của dân Bạt Kỳ như đã ban hành thời xưa không?"

"Bạch đức Thế Tôn, con có nghe."

Điều cường thịnh thứ ba:

"Này Ananda, khi nào dân Bạt Kỳ không ban hành những luật lệ không được ban hành, không hủy bỏ những luật lệ đã được ban hành thời, này Ananda, dân Bạt Kỳ sẽ được cường thịnh, không bị suy giảm.

Này Ananda, ngươi có nghe dân Bạt Kỳ tôn sùng, kính trọng, đảnh lễ, cúng dường các bậc Trưởng lão Bạt Kỳ và nghe theo lời dạy của những vị ấy không?"

"Bạch Thế Tôn, con có nghe."

Điều cường thịnh thứ tư:

"Này Ananda, khi nào dân Bạt Kỳ tôn sùng, kính trọng, đảnh lễ, cúng dường các bậc Trưởng lão Bạt Kỳ và nghe theo lời dạy của những vị ấy, thì dân Bạt Kỳ sẽ được cường thịnh, không bị suy giảm.

Này Ananda, ngươi có nghe dân Bạt Kỳ không bắt cóc và cưỡng ép những phụ nữ và thiếu nữ Bạt Kỳ phải sống với mình không?"

"Bạch đức Thế Tôn, con có nghe."

Điều cường thịnh thứ năm:

"Này Ananda, khi nào dân Bạt Kỳ không bắt cóc và cưỡng ép những phụ nữ và thiếu nữ Bạt Kỳ phải sống với mình thì, này Ananda, dân Bạt Kỳ sẽ được cường thịnh, không bị suy giảm.

Này Ananda, ngươi có nghe dân Bạt Kỳ tôn sùng, kính trọng, đảnh lễ, cúng dường các tự miếu của Bạt Kỳ ở tỉnh thành và ngoài tỉnh thành, không bỏ phế các cúng lễ đã cúng từ trước, đã làm từ trước đúng với quy pháp không?"

"Bạch đức Thế Tôn, con có nghe."

Điều cường thịnh thứ sáu:

"Này Ananda, khi nào dân Bạt Kỳ tôn sùng, kính trọng, đảnh lễ, cúng dường các tự miếu ở tỉnh thành và ngoài tỉnh thành thì dân Bạt Kỳ sẽ được cường thịnh, không bị suy giảm.

Này Ananda, ngươi có nghe dân Bạt Kỳ bảo hộ, che chở, ủng hộ đúng pháp các vị A La Hán ở tại Bạt Kỳ khiến các vị A La Hán chưa đến sẽ đến trong xứ, và những vị A La Hán đã đến được sống an lạc không?"

"Bạch Thế Tôn, con có nghe."

Điều cường thịnh thứ bảy:

"Này Ananda, khi nào dân Bạt Kỳ bảo hộ, che chở đúng pháp các vị A La Hán, khiến các vị A La Hán chưa đến sẽ đến, và những vị A La Hán đã đến được sống an lạc, thì dân Bạt Bỳ sẽ được cường thịnh, không bị suy giảm."

Sau khi nói với ngài Ananda xong, đức Thế Tôn nói với đại thần Vương Xá rằng: "Một thời Như Lai sống ở Vesali tại tự miếu Sarandada, Như Lai dạy cho dân Bạt Kỳ bảy pháp bất thối này. Do vậy, khi nào bảy pháp bất thối này được duy trì giữa dân Bạt Kỳ, dân Bạt Kỳ được giảng dạy bảy pháp bất thối này thì, này Bà La Môn, dân Bạt Kỳ sẽ được cường thịnh, không bị suy giảm.

Nhân nơi duyên sự này, đức thế Tôn đã dạy chúng Tỳ Kheo cũng có bảy pháp bất thối.

Chúng tỳ kheo hội họp và hội họp đông đảo với nhau, chúng tỳ kheo sẽ được hưng thịnh, không bị suy giảm.

Chúng tỳ kheo hội họp trong niệm đoàn kết; giải tán trong niệm đoàn kết; và làm việc Tăng sự trong niệm đoàn kết, chúng tỳ kheo sẽ được hưng thịnh, không bị suy giảm.

Chúng tỳ kheo không ban hành những luật lệ không được ban hành, không hủy bỏ những luật lệ đã được ban hành, sống đúng với những học giới đã được ban hành, thì chúng tỳ kheo sẽ được hưng thịnh, không bị suy giảm.

Chúng tỳ kheo tôn sùng, kính trọng, đảnh lễ, cúng dường các bậc tỳ kheo Trưởng thượng, những vị này là những vị giàu kinh nghiệm, niên cao lạp trưởng, bậc Thầy của chúng Tăng; chúng tỳ kheo nghe theo những lời dạy của những vị này thì chúng tỳ kheo sẽ được hưng thịnh, không bị suy giảm.

Chúng tỳ kheo không bị chi phối bởi tham ái; tham ái này tác thành một đời sống khác, thì chúng tỳ kheo sẽ được hưng thịnh, không bị suy giảm.

Chúng tỳ kheo tự thân an trú chánh niệm, khiến các bậc đồng tu thiện chí chưa đến muốn đến ở, và các bạn đồng tu thiện chí đã đến ở, được sống an lạc, thì chúng tỳ kheo sẽ được hưng thịnh, không bị suy giảm.

Chúng tỳ kheo thích sống những chỗ nhàn tịnh, a lan nhã, không xứ, không ồn ào, nơi tịch tịnh độc cư thiền định, thì chúng tỳ kheo sẽ được hưng thịnh, không bị suy giảm.

Trên đây là 7 pháp làm hưng thịnh của một hội chúng tỳ kheo.

Đức Phật dạy tiếp sáu pháp làm cho chúng tỳ kheo hưng thịnh.

Chúng tỳ kheo đối với các vị đồng tu phạm hạnh, tại chỗ đông người hay vắng người, luôn gìn giữ thân nghiệp từ hòa, thì chúng tỳ kheo sẽ được hưng thịnh, không bị suy giảm.

Chúng tỳ kheo đối với các vị đồng tu phạm hạnh, tại chỗ đông người hay vắng người, gìn giữ khẩu nghiệp từ hòa, gìn giữ ý nghiệp từ hòa tại chỗ đông người hay vắng người, thì chúng tỳ kheo sẽ được hưng thịnh, không bị suy giảm.

Chúng tỳ kheo phân phối đồ ăn, vật dụng không thiên vị, chung thọ hưởng với các bạn giới đức đồng tu, mọi lợi dưỡng chân chánh hợp pháp, cho đến những vật thọ lãnh trong bát khất thực, thì chúng tỳ kheo sẽ được hưng thịnh, không bị suy giảm.

Chúng tỳ kheo sống với các bạn đồng tu tại chỗ đông người hay vắng người, trong sự thọ trì những giới luật đúng với sa môn hạnh, những giới luật không bị gãy vụn, không bị sứt mẻ, không bị tỳ vết, không bị uế trược, những giới luật đưa đến giải thoát, được người có trí tán thán, không bị ô nhiễm bởi mục đích sai lạc, những giới luật hướng dẫn định tâm, thì chúng tỳ kheo sẽ được hưng thịnh, không bị suy giảm.

Chúng tỳ kheo sống với bạn đồng tu, trong sự thọ trì những tri kiến đúng với sa môn hạnh, những thánh tri kiến đưa đến giải thoát, hướng đến sự diệt tận khổ đau cho những ai thực hành theo, thì chúng tỳ kheo sẽ được hưng thịnh, không bị suy giảm.

Chúng tỳ kheo, khi nào sáu pháp bất thối này được duy trì giữa các tỳ kheo, khi nào các vị tỳ kheo được dạy sáu pháp bất thối này, thì chúng tỳ kheo sẽ được hưng thịnh, không bị suy giảm.

Đức Thế Tôn vì phương tiện độ sinh, vì tính giáo dục người thực tiễn, để triển khai chân giá trị tính người chân thật mà đã thiết lập ra bảy điều cường thịnh của một quốc gia; bảy điều hưng thịnh của một hội chúng tỳ kheo và sáu điều hưng thịnh tiếp theo làm lớn mạnh nếp sống của Tăng già, để tiến tu đạo nghiệp, giữ vững thành trì an lạc trong kiếp nhân sinh này. Bởi kiếp nhân sinh vô cùng phức tạp, rắc rối, rối ren như cuộn chỉ vò, không tìm ra đầu mối, mà nếu trong đời sống không tìm ra cương lĩnh, một nề nếp làm lẽ hướng dẫn để đạt tiêu đích thì quả thật là khó cho sự thành tựu như ý.

Vậy bảy điều hay sáu điều để làm hưng thịnh một hội chúng rất thích hợp cho mọi thời đại, cho mọi tầng lớp người ở đâu và khi nào. Đây là làm kim chỉ nam, là bài học ngàn vàng, cho tầng lớp người, thế hệ chúng ta hôm nay. Vì thực tế cho thấy, giá trị sống của con người trên mọi lãnh vực: đạo đức, lễ nghĩa, tình người, làng nước, thân thương, quí kính... dường như trên đà tuột dốc vô phương cứu chữa. Nếu không có hướng đi đích thực, không có cương lĩnh mẫu mực làm tiêu chí như bảy pháp bất thối, sáu điều hưng thịnh mà đức thế Tôn đã giảng dạy thì khó mà cưỡng lại sự cuồng lưu, rơi vào hố thẳm, vực sâu của thời đại.

# GIÁO DỤC TINH THẦN TỰ CHỦ PHỤNG SỰ THA NHÂN, KHÔNG HẬN THÙ
## (KINH HÒA HỢP CƯỜNG THỊNH 2)
[Trung Bộ Kinh, Tập III, trang 325]

Con đường Giáo pháp rộng mở, cho những ai đến để thấy; thấy rồi tin; và tin rồi để tu. Tu cho chính mình nhằm thu hoạch, gặt hái nhiều thành quả tốt đẹp. Nơi đây, đức Thế Tôn phương tiện nói Giáo pháp như thế này; nơi kia đức Thế Tôn phương tiện nói như thế kia. Nhưng dù thế này, hay thế kia không ngoài mục đích giáo hóa, hướng dẫn tất cả mọi căn cơ, trình độ con người sớm quay về nơi thánh thiện, xây dựng một đời sống giữa mình với người có sự liên hệ tốt, có sự tương quan chặt chẽ, tình nghĩa trong ý thức tự tồn, phát triển đời sống tu tập.

Kinh Hòa Hợp Cường Thịnh 2, chúng ta thấy đức Thế Tôn giáo dục toàn diện tư cách con người, phải đánh thức chính mình hãy thức dậy ngay bây giờ để thấy một cách chân thực;

thấy cái gì đang xảy ra nơi tâm, nơi ý, nơi thức của mình, để ngăn ngừa, phòng hộ. Đi vào kinh văn:

"... rồi đức Thế Tôn vào buổi sáng đắp y, cầm bình bát đi vào Kosambi để khất thực. Sau khi khất thực ở Kosambi ăn xong, trên con đường đi khất thực về, sau khi dọn dẹp chỗ ngồi, cất y bát, đức Thế Tôn đứng và nói bài kệ như vậy:

*"Giữa quần chúng la ó*
*Không ai nghĩ mình ngu,*
*Giữa Tăng chúng phân ly*
*Không ai nghĩ hướng thượng."*

Bốn câu kệ này đức Thế Tôn dạy: sống giữa đời, trong xã hội, mình nói năng, làm việc lung tung. Nói năng không kiềm chế. Nói năng vô độ lượng, nói năng buông thả, nói năng thả giàn... mà chẳng biết mình nói đúng hay sai. Có những hạng người chỉ nói cho mình. Chỉ biết cho mình mà không biết đến người khác, chỉ cho mình là đúng còn người khác là sai. Hạng người này đầu óc có lẽ hơi lệch lạc, mất hướng, cho nên "không ai nghĩ mình ngu." Đây là một cái bịnh mà trong xã hội người không thiếu. Còn trong đời sống của chúng Tăng thì sao? "Giữa Tăng chúng phân ly, có ai nghĩ hướng thượng." Chúng Tăng bị phân hóa, bản thể của Tăng bị lu mờ, suy giảm mà chẳng có ai nghĩ tới, thấy được để mà chấn chỉnh, dung hợp cho tốt đẹp. Chẳng có ai làm Thầy mô phạm, mà dạy bảo, sách tấn để hướng thân lập mệnh trên tiến trình tu chứng. Chẳng có ai nghĩ đến con đường hướng thượng là thanh cao, là siêu thoát.

*"Thất niệm kẻ trí nói*
*Ba hoa trăm thứ chuyện*
*Miệng há nói thả giàn*
*Dẫn đi đâu ai biết?"*

Người Trí thấy được sự thất niệm mà thầm nghĩ: người mà nói ba hoa trăm thứ chuyện; người mà há miệng ra thì nói thả giàn, thương thay người ấy biết đi về đâu. Không kiềm chế được sự nói của mình. Nói không biết suy nghĩ kỹ lưỡng; nói một cách ngang tàng, bất kính, vô phép... thì hậu quả của sự nói này ai biết người ấy đi về đâu? Đi về đọa xứ; đi đến khổ đau... ly tan và đơn độc, chẳng ai dám gần gũi với mình, chẳng ai chơi với mình; làm bạn thân thiện chắc hẳn không có, vì miệng lưỡi rắn rít nào ai dám đến gần sợ bị phun nọc độc.

*"Nó mắng tôi đánh tôi!*
*Nó hại tôi, cướp tôi!*
*Ai ôm oán hận này*
*Hận thù không thể nguôi."*

Người không có lượng thứ, khoan dung và buông xả, thì dù chỉ một lời nói, một cái nhìn cũng khó mà quên. Ghim gút, trói buộc, chấp nê lâu ngày trở thành thù hận. Đức Phật dạy chúng ta cần phải biết xả bỏ, không chấp thủ. Có xả bỏ, không chấp thủ thì tâm mình mới an lạc, nhẹ nhàng, tự tại; dính mắc, câu thúc bởi sự hẹp hòi của lòng mình, thì "hận thù không thể nguôi" và như thế đời này hận thù, đời sau thù hận, cả hai đời hận thù triền miên, sợi dây xích trói chặt hận thù để phải sống và chết với cái hận thù ấy. Ai đã học lời Phật dạy thì không ôm hận thù. Ai đã tu theo Phật pháp thì hận thù xin được nguôi ngoai, nhẹ nhàng và hỷ xả. Đây là cái hiểu biết của bậc hiền trí.

*"Nó mắng tôi đánh tôi!*
*Nó hại tôi, cướp tôi!*
*Không ôm oán hận này*
*Hận thù sẽ tự nguôi."*

Hạnh phúc cho ai không ôm oán hận này. "Ôm oán hận chỉ là chuốc lấy tai họa. Vì oán hận mà ăn không ngon, ngủ không được, tâm bị sầu muộn. Nhưng tâm lý con người không dễ gì buông bỏ "oán hận;" không dễ gì dập tắt được "oán hận." Chính vì vậy mà cứ mãi triền miên oán thù truyền kiếp. Nhưng đức Thế Tôn đã dạy phương pháp có khả năng dập tắt hận thù:

*"Hận thù diệt hận thù*
*Không đời nào diệt được*
*Từ bi diệt hận thù*
*Là định luật ngàn thu."*

Từ bi là nước cam lồ có khả năng dập tắt lửa hận thù, vì tự tánh của Từ Bi là ban vui cứu khổ.

*"Người khác không hiểu biết*
*Ở đây ta bị diệt*
*Những ai hiểu điều này*
*Nhờ vậy, tranh luận tiêu.*
*Kẻ chủ xướng hại mạng*
*Cướp bò, ngựa, tài sản,*
*Kẻ cưỡng đoạt quốc độ*
*Chúng còn biết đoàn kết*
*Sao các người không vậy?*
*Nếu được bạn hiền trí*
*Đồng hành, khéo an trú,*
*Đã thắng mọn hiểm nạn*
*Sống hoan hỷ chánh niệm*
*Nếu không bạn hiền trí*
*Như vua bỏ quốc độ*
*Cô độc như voi rừng*
*Tốt hơn sống một mình*
*Không bạn bè kẻ ngu*
*Cô độc không làm ác*
*Nhàn hạ như voi rừng."*

Đây là con đường giáo dục làm chủ lấy mình; không bị ngoại cảnh chi phối; không bị người khác dụ dỗ kéo lôi, dù phải sống một mình, chịu cô độc, không bạn bè chứ không giao du kết bạn cùng kẻ ác, đức Thế Tôn dạy như thế. Vì kết bạn với kẻ ác đã chẳng có lợi gì mà lại còn thêm cái ác chất chồng; cái xấu xa luôn kề cận, chẳng ích gì cho công việc tu tập. Như voi sống một mình trong rừng, thênh thang với cảnh trí núi đồi, không phiền không nhiệt; không bị quấy rầy bởi đàn voi con, dẫm nát cỏ non, quậy đục nước uống. Hãy xây dựng cho mình một đời sống tu tập nhàn tịnh, tập buông bỏ cái tôi. Tập ly tham; diệt sân; ly si... để không bị quá ư hãm nịch trong các phạm trù trần cấu. Hãy tập bềnh bồng như mây; một đời bớt trói buộc, lụy phiền. Hãy tập thênh thang như không gian, nhẹ nhàng như gió chiều trên cánh đồng làng êm ả. Người tu tập phải gắng là bảo trữ một tâm hồn như thế, nếu không thì sẽ cô phụ lời giảng dạy giáo pháp của đức Thế Tôn bao đời vì chúng ta, giáo pháp luôn tuôn chảy, luôn ngát hương, luôn tỏa ngát ý vị giải thoát và giác ngộ. Giáo pháp luôn hiện có nơi đây, có trong mỗi người, có trong mọi thời, mọi xứ. Có trong tôi; có trong anh; có trong em; có trong tất cả mọi người. Giáo pháp có để giáo dục, để hướng dẫn con người tiến đến phương trời cao rộng, thênh thang, vô cùng tận... Giáo pháp để cho cha được no ấm, để cho mẹ được giàu có, để cho con người trên mặt đất được bình an. Trong kinh Pháp Luật là Thầy, đức Thế Tôn đã dạy: "Này Ananda, nếu trong các ngươi có người nghĩ rằng bậc Đạo Sư không còn nữa; chúng ta không có Đạo Sư. Này Ananda, chớ có những tư tưởng như vậy. Này Ananda, Pháp và Luật Như Lai đã giảng dạy, và trình bày, sau khi Như Lai diệt độ, chính Pháp và Luật này sẽ là Đạo Sư của các ngươi." (Trường Bộ Kinh, Tập III, trang 154)

"Này các Thầy Tỳ Kheo, nay Như Lai khuyên dạy các ngươi; các pháp hữu vi là vô thường, hãy tinh tấn tu tập giáo pháp, chớ có buông lung, thời gian chóng qua, đạo nghiệp chưa thành." (Trường Bộ Kinh, Tập III, trang 156)

Kinh Không Hận Thù để chúng ta học lần cuối:

"Không hận thù, không đả thương, không thù nghịch, không ác ý, chúng sống với nhau không hận thù. Nhưng với hận thù, với đả thương, với thù nghịch, với ác ý, chúng sống với nhau trong hận thù." (Trường Bộ Kinh, Tập III, trang 276)

Lời Phật dạy đã cho chúng ta một cái nhìn thẩm thấu, quán triệt một đời sống người nhiều mong manh và thoáng chốc, không có gì chắc thật, vậy hãy cho nhau bằng tấm lòng thân thương, quí kính, để cùng sống có nhau trong ngàn vạn kiếp người.

# BUDDHISM
# THE WAY OF
# COMPREHENSIVE
# EDUCATION

*Author:*
NGUYEN SIEU

*Translated by*
Diệu Kim & Nguyên Đức

# CONTENT

- PREFACE ............................................................................. 93
- EDUCATION OF THE CROSSING THE WHIRLPOOL
  *(THE WHIRLPOOL SUTRA)* ........................................... 99
- EDUCATION OF THE IMPERMANENCY OF LIFE
  IN DEATH FOR EVERYONE
  *(THE GRANDMOTHER SUTRA)* ................................... 113
- EDUCATION THROUGH THE RESPECTFUL REQUEST
  FOR THE BENEFITS OF ALL SENTIENT BEINGS
  *(THE RESPECTFUL REQUEST SUTRA)* ....................... 121
- EDUCATION THROUGH THE ADVOIDANCE
  OF DISPARAGING OTHERS
  *(THE DISPARAGEMENT SUTRA)* ................................ 135
- EDUCATION OF PLOWING THE FIELDS IN THE HOLY LAWS
  *(THE PLOWING OF THE FIELDS SUTRA)* .................. 143
- EDUCATION OF FILIAL PIETY TO PARENTS
  *(THE CARE AND SUPPORT OF MOTHER SUTRA)* .... 155
- EDUCATION TO BUDDHISTS OF THE
  INDESTRUCTIBLE FAITH IN THE THREE GEMS
  *(THE MAHANAMA SUTRA)* .......................................... 169
- EDUCATION OF SELF-DETERMINATION
  FOR THE COMMITMENT TO THE DHARMA
  AND ALL THE GOOD ACTIONS
  *(BUDDHA SUTRA)* ........................................................ 181
- EDUCATION ABOUT THE PROSPERITY OF A COUNTRY
  *(THE HARMONY AND PROSPERITY SUTRA)* ............ 189

- EDUCATION FOR SELF-CONTROL SPIRIT
  IN SERVING OTHERS WITHOUT GRUDGE
  *(THE HARMONY AND PROSPERITY SUTRA Number 2)* ................... 197

# PREFACE

The Way of Comprehensive Education of Buddhism is the foremost spirit of Dharma that Buddha expounded to all classes of people in society, from the kings and public officials to royal officials and royal nobilities. The teachings of Buddha equally apply to all people, the class of noble wealthy elders or the classes of people living in cities or country sides, without favoring any one, one group over another. To any one willing to learn the Dharma, practice the Dharma in order to perfectionate himself or herself and to help others perfectionate themselves, Buddha expounded the Dharma, encouraging that person successfully accomplish the three goals of good bodily actions, good verbal actions and good mental actions in order to attain the holy stage immediately in the current life. We understand that Buddha's Way of Education can adequately apply to all people of all levels and backgrounds: conformity to the reason, conformity to the backgrounds and conformity to the time.

Following that way of education, a killer can become a decent person, a courtesan can become a devoted person of good moral values, children and grand children show filial piety to ancestors, grandparents and parents, students and disciples showing loyalty and obedience to teachers... In general, the spirit of the Dharma, the comprehensive education, applies to human beings in society from the Buddha's time until the present time and to the infinite future. Buddha's teachings have a permanent value at all times, the value of moving to the right direction to build a good livelihood, in order to guide people moving upward in the process of practice and attainment, abandoning the attachment to the self that is petty and unreal. The author of the writing of "Buddhism- The Way of Comprehensive Education" only cited a few words of The World-Honored One's teachings in the Pali-Pitaka. Only a few words of introduction to dear readers of this book to share some experiences of the knowledge that "The water in the four oceans shares the only taste that is the salty taste. The teachings of The Tathagata have only one flavor that is the flavor of liberation." For that reason, the author respectfully offers to readers some words in the sutra texts, citing The World-Honored One's teachings in each situation to help people with the guidelines for stepping upward. My respectful wish that readers will experience that taste, the flavor of liberation immediately in this current life, with your own personal experience. As cited in *"The Reed"* sutra or in the *"Anandabhaddakaratta"* sutra, Buddha taught:

"No regrets for the past
No dreams for the future
Only living with the present time
The person who regrets the past
The person who dreams the future
Life happiness will wither
Like the flowers of the reed leaving the stems."

Let us continue the tasting in order to absorb the flavor of liberation in the Dhammapadatthakatha sutra which mentioned the method and quality of a king who had a policy governing citizens with morality, love and kindness: "Ten principles to make a good Cabinet (Government) that is by the people, because of the people and for the people:

*The King must be kind and generous, compassionate and giving*

*The King must strictly observe and maintain disciplines, the laws and morality*

*The King must make all sacrifices for the benefits of people*

*The King must possess the good moral character of straightforwardness, sincerity and integrity*

*The King must show gentle kindness and affection*

*The King must practice a life of asceticism in order to avoid a loose, debauched and corrupt life*

*The King does not show anger and does not hold grudge*

*The King must promote peace and the spirit of non-violence, abandoning war*

*The King must show patience facing all difficulties, maintaining calmness to criticism*

*The King does not go against the will of people, go along with the will of people if it is legal, conforming to the laws."*

Above are the two flavors of the Dharma offered to human beings for the whole course of their lives. Regardless of the fact that people are here today or tomorrow when there are changes in their life courses, environments and situations they live in, the Dharma of liberation will always be the same, forever unchangeable. This is because the Dharma is the Truth, the real existence, such as the Dharma of the Four Noble Truths: The Truth of Sufferings, the Truth of the Cause of Sufferings, the Truth of the Termination of Sufferings and the Truth of the Way to Terminate Sufferings taught by The World-Honored One: "This is the Suffering that you have to know. This is the cause of Sufferings that you have to terminate. This is the

Termination of Sufferings that you have to attain and this is the Way to terminate Sufferings you have to practice."

Those are the flavors of liberation that deities and human beings have tasted. Thanks to the taste of those flavors, all sentient beings and insentient beings can enjoy peace and happiness in this life and next life, with benefits in both lives. This is indeed the way of comprehensive education as expressed in the content of these teachings.

*Phat Da Temple*
*San Diego, California*
*April 27, 2024*

**Thich Nguyen Sieu**

# EDUCATION OF THE CROSSING THE WHIRLPOOL
# (THE WHIRLPOOL SUTRA)

Human beings in this life, regardless of their social status, the King and officials, the Highest officials in the Kingdom, poets, philosophers, scholars or farmers, fishermen with sunburnt faces, all of them have their own experiences of their own professions, the work that they make a living with - the expertise of one specific profession will assure people of a life of fame and wealth. However, these are the work experiences, the worldly activities with the goal of benefiting individuals and their families... in building a prosperous and happy life. How about the experience of the highest commitment to practice at all costs of the ones leaving the dusty world of desires and illusions to devotedly follow the path of Buddha? Is this experience similar to the experiences of worldly people? Is this the experience of spoken response to the visual perception, the temporary solution and the emotional reaction either instantly forceful or gradually smoldering through months and years in the world of duality?

In the Samyatta Nikaya, Volume I. A (Pali-Vietnamese Edition), the whirlpool Sutra stated:

"One time, The World-Honored One was in Savatthi at the Jetavana grove- Anathapindka park. Then, at the end of the night, a deva with the marvelous countenance brightening the whole Jevatana region approached the World-Honored One. After bowing to pay homage to The World-Honored One, the deva stood at one side of the World-Honored One. He respectfully spoke to The World-Honored One. Following are the sutra opening words that describe the full content of the sutra. This paragraph of sutra words describes the spirit of the education, specifying that people have to maintain decent gestures, to express polite greetings, to know where they stand, who they are, and who are the persons they are facing. They have to show respect to other persons, to express courtesy at the minimum. In the daily contact with others, people have to interact accordingly. They should not stare at the persons they meet, showing lack of courtesy, social etiquette, politeness and respect. They instead should stand up, clasp their hands, expressing welcoming cheerful attitude. Even in the family environment, parents and children have to follow this spirit of education: "Dear Father and Mother, I am home from school. Please join us for dinner..." This is essentially the spirit of the educational principles: "Learning behavioral conducts comes before academic learning." Everywhere in this world, if people want to have an orderly human life in a society of love and righteousness, they have to preserve this lesson of "Education of moral principles for citizens."

The deva arrived. The first thing he did was bowing to pay homage to The World-Honored One to express respect to the most honored, the most appreciated, The Supreme and Perfect Enlightenment (Anuttara Samyaksambodhi). In the family, children and grandchildren greet their parents and grandparents, those who gave birth to them, to express their filial piety. This is the duty and responsibility of self-education and a form of self-wakening. After bowing to pay homage to The World-Honored One, the deva stood at one side or sat down at one side or knelt down at one side of The World-Honored One. The deva solemnly clasped his hands then spoke to The World-Honored One. His respectful posture and decent countenance proved his sincerity. His thoughts and gestures clearly expressed his whole-hearted and deeply focused interests. Only after that respectful courtesy, did he begin to speak to The World-Honored One. On the contrary, usually people's common behaviors are as expressed by the saying of the elders: "Running before walking, laughing before speaking." These behaviors show lack of respect to the persons they meet. People have to learn this spirit of education to keep the decency for their own mind and body. Together, the body expression is consistent with the mind, forming an appearance and posture conforming to the protocol, the politeness, the appreciation and the respect. Then the deva spoke to The World-Honored One: "Honorable Master, how can you cross over the whirlpool?"

Buddha replied:
"By neither stopping nor stepping forward, I cross over the whirlpool."

The deva continued questioning:
"How can you cross over the whirlpool by neither stopping nor stepping forward?"

The World-Honored One replied:
"Dear sage, when I stop, I sink. Dear sage, when I step forward, I am swept away floating. Therefore, dear sage, I cross over the whirlpool by neither stopping nor stepping forward."

In this context, the meaning of the word whirlpool is the

swirling water current, the underwater swirling current. The current that looks calm on the surface but forcefully swirling underneath. Any object falling on the center of that swirling current will be swept away and deeply drowned. This spirit of education of "Neither stopping nor stepping forward" taught by The World-Honored One is the spirit of education of "Non-Duality." Neither stopping nor stepping forward. By stopping or stepping forward, people are still caught and drowned by the relativity, the differentiated treatment, the subject and the object. There are the self and the other thing. There are the self and the other person, the form of the self, the form of the other person, the form of sentient beings and the form of the receivers. In the process of practice and attainment, the practitioners have to avoid attachment. The practitioners have to not only avoid erroneous attachment but also have to clearly realize that the true nature of all things is the emptiness. The emptiness truth. The emptiness nature. The emptiness causal condition. The emptiness true form. Therefore, stepping forward means there is some person stepping forward and there is a place to step forward to. It is the same situation with stopping. There is a person standing and a place to stand on. As a result, not only it falls into the realm of duality of the common worldly pattern but also gets caught and tied to the own self and the related object. The five aggregates do not have their own selves. If it is simply the corporal aggregate, it can neither stop nor step forward. It is the same situation with the feeling aggregate, the perception aggregate, the mental formation aggregate, and the consciousness aggregate. From that viewpoint, we clearly recognize the selflessness. If selflessness exists, there is nothing to stop and nothing to step forward. If the stopping and the stepping forward exist, it is only in the name, not the reality. Therefore, if the subject does not really exist, how can the object really exist? The object, being the whirlpool, is non-existent. With the non-existence of the subject and the object, the stopping and stepping forward do not exist. Overcoming the net of duality – two shores. This is the marvelous meaning of the dharma, the attainment of Non-duality and Non-Oneness of the Holy Masters. Reaching that understanding, people can avoid being drowned by the whirlpool. As mentioned above, people have to practice to reach that level of understanding where they do not see the form of the self, the form of other person, the form of sentient beings and the form of the receivers. Only when people achieve that level of understanding, can they avoid being drowned by the whirlpool. Otherwise, people will be drowned if they see those four forms. Life is like a river stream, flowing smoothly or rising and falling. That flow of life has the fragrance and sweet taste, many hardships and sufferings, richness and poverty... People are in one situation or the other. The flow of life is like a river stream with clear or muddy water, with rapids and waterfalls, at times smooth, clear and poetic but other times there are raging big waves that sink everything. Human beings are in that flow of life with fame and wealth, authority, nobility, reputation and title or the own self, the ego. If the self is not satisfied, if the belongings are lost, people experience sadness, resentment, grudge, blaming, sorrow and shame... That is how people are drowned in the river stream of the self and the other persons, fame and wealth or in the river stream of five desires: wealth, beauty, fame, eating and sleeping. Therefore, human life is full of hardships, full of ups and downs, at the beginning of the rapids at times and at the end of the beaches at other times. In that life course, people wander in a life in the rounds of rebirths with uncombed disheveled hair and ragged clothing, as lamented by *poet Vu Hoang Chuong*:

"*Looking out at the dock of afflictions and the shores of illusions*

Thousand years pass by like a flash of lightning and four directions seem to be only one

I beg for mercy from the sand and dust on the roadside

Dirty or clean, not sticking to my heels

Let me live a full life of a drunkard."

Or:
"Going through a full life of great changes like the mulberry field changing into the sea

It is heart-breaking to witness those changes."

Kieu Story by great poet Nguyen Du.

Or:
"People pursuing fame and wealth have their heels blackened to the color of mud

Toughened by sufferings, their sunburnt faces are darkened by the hardships of vicissitudes."

That is the reality of the life course. The Whirlpool Sutra indeed provides us an experience of living, an experience of practice and an experience of attainment that have been proven that they are not tied to figures and names, shapes and forms – by neither stopping nor stepping forward, the World-Honored One crosses the whirlpool.

The deva continued as expressed in the content of the sutra verses:
"It has been a long time before I now realize
Brahmin who is tranquil and serene
Neither standing nor stepping forward
Overcomes attachments of life."

It has been a very long time, a long time from the time of the lives of seven Buddhas in the past: Vipasyin Buddha, Cikhin

Buddha, Visvabhu Buddha, Krakucchanda Buddha, Kanakamuni Buddha, Kacyapa Buddha and Sakyamuni Buddha.

It is only now that we read the Whirlpool Sutra to recognize the spirit of comprehensive education, the education of human beings. It is to practice The Way to advance on the path of liberation which is the Middle Way. The Middle Way is the path that does not swing to either of the two extremes, the asceticism practice or the indulgence of pleasures. These two extremes only cause sufferings, sorrows and destruction. On the other hand, anyone with tranquil and serene mind, knowing how to shake off, not holding on, knowing how to let go, not getting tied up, will not stop, will not step forward and will overcome all the attachments and holding on in life. That person is Buddha, The World-Honored One, The Supreme Wisdom, The One Leaving Desires, The One who is tranquil and serene.

What are the necessary methods and conditions to achieve the determination of not stopping, not being drowned and the determination of not stepping forward, not being drowned? In this context, in order to clarify this spirit of comprehensive education, we continue to read the sutra verses to know the questions from the deva and the answers from The World-Honored One:

"*How much has to be cut off?*
*How much to get rid of?*
*How much more to practice?*
*How much to overcome?*
*To attain the title*
*The Bhiksu who crosses the whirlpool.*"

Normally, in order to cross the whirlpool, people need the means to achieve the goal. They need the raft to move on water, the ropes to tie, the swimming expertise with good experience serving as the bridge to cross over... All of those are the maneuver created by people that enables them to cross over the swirling water in order to safely reach the other shore. This is the wisdom of worldly people, the clever strategy in life. Thanks to those wisdom and strategy, people can have a safe and peaceful life. People use their abilities and knowledge to conquer nature, achieving everything like deities. The human civilization with advances in technology, science, academic knowledge and inventions, have allowed people to explore the hidden worlds in this three-thousands-world universe. However, human beings have not been able to conquer themselves although, to some extent, they have conquered nature such as turning salty water into drinking water, cutting through mountains, filling up the seas to build roads for transportation or even further, they have conquered space by sending space-crafts to land on the moon... However, human beings have not been able to subdue desires in their minds, wishes in their thoughts and false perceptions of their consciousness – falsely perceiving the rope as a snake at night.

In response to the above question from the deva – about cutting off, getting rid of, practicing and overcoming to attain the title of the Bhiksu who overcomes the whirlpool, not being drowned by the swirling water and swept away, The World-Honored One taught:

*"You have to cut off five*
*You have to get rid of five*
*You have to practice five Dharma methods*
*You have to successfully complete five Dharma methods*
*In order to attain the title of the Bhiksu who crosses the whirlpool."*

In the Buddhist spirit of education, people have to be strict to themselves. People have to voluntarily commit themselves to strictly abiding to and following this spirit of education. Because Buddha has expounded: "I, The Tathagata, am only

The Teacher." I, The Tathagata, always have absolute respect for the value of human practice. All human beings have Buddha nature – the Enlightenment nature. Once human beings already possess the Enlightenment nature, there is no need to pressure them, no need to rely on the power of the deities to force them to obey. This is the self-imposed education, independent and not subservient. People have to stand up and step forward with their own feet, to show the will to stand up and to step forward with their own feet, not to borrow the two feet of other people, the two wooden clutches of others or the two hands of the deities with the magic power. That explains the need to cut off, to get rid of, to practice and to overcome… in order to deserve the title of the one who crosses over the whirlpool. In conclusion, the whirlpool mentioned above is in fact: The Whirlpool of Desires, the Whirlpool of Existence, the Whirlpool of the Views and the Whirlpool of Ignorance.

### The Whirlpool of Desires:

The swirling current of desires, of ill wishes, of the bottomless greed, of the unlimited longing, of the never-satisfying wishes, the excessive and uncontrollable desires. Nobody is able to satisfy all those excessive wishes. In order to obtain the good results of practice, people must realize when they have enough – knowing how to be satisfied with what they have. That means people should not allow their desires move freely. They have to restrain those desires, tie them up and restrict them. Too many desires, never satisfied – Human desires are boundless. The bag of greed can never be filled up. Once getting what they want, people still want more. Being better than others, people still want to be much better than others. Human beings are drowned by those desires. Therefore, people are swept away by this swirling current of desires, the under-water current, the whirlpool – the taste of desires, the sufferings from desires and the way to escape desires. Experiencing the taste of desires, enduring the sufferings from desires and finding the way to escape desires. Again, the taste of desires, the sufferings from desires. The importance is to escape from desires, from the taste of desires and the sufferings from desires. That is in fact getting rid of the sweet taste of desires and also getting rid of the bitter spicy taste or the sufferings of desires. The question is whether people can get rid of all while they passionately throw themselves in to try that taste. Of course, people like the sweet taste of desires, but at the same time they also try the bitter taste or the sufferings of desires. This is the way people are drowned by the whirlpool.

### The Whirlpool of Existence:

This is the whirlpool of existence, of objects being created, of the attachment to possession. That attachment to possession leads to grabbing, preserving and keeping objects for oneself, claiming them as my belonging, not yours or others. As a result, defilements arise – afflictions. Once afflictions arise, there is no happiness, no peace in the mind, no peace in life and no peace in pursuit of the idealistic goal of reaching the divine sublimity. Sublimity to the vast horizon where all things are fragrant flowers, rare grass, singing birds and babbling springs in the serene and enchanting atmosphere. Afflictions as enormous as the sky leave no space for a tranquil and serene mind. Without the tranquil and serene mind, attainment of liberation is certainly impossible – Blissful joy at the present moment? Therefore, the whirlpool of existence is the swirling current, the whirlpool of afflictions. The more afflictions, the more powerful the whirlpool, drowning everything. Drowning one life, two lives in this lifetime and the following lifetime. Both lives are drowned. With that awareness, people have to eliminate the whirlpool of existence. Cut it off. Burn it down.

Terminate the whirlpool of existence – the defilements.

**The Whirlpool of the Views:**

The whirlpool of clinging to the heterodox views. The deviant views. One-sided views. The views that are the opposite of the right views – the correct views, the views of the wisdom of the passionless purity, the view of the true perception of objects, the views consistent with the True Dharma.

The whirlpool of the views is the topic that has caused many debates. It is like the blind touching the elephant. The person who touches the elephant's leg thinks the elephant is like the pillar of the house. The person touching the elephant's ear thinks the elephant is like the fan. The person touching the elephant's belly thinks the elephant is like a drum...Either the pillar, the fan or the drum... is only one part of the whole elephant. However, in this life, with their superficial views, very few people commit their efforts to careful thinking. Instead, they persist in grabbing and holding on to their views, considering their views correct, other people's views wrong. It is because of the wrong views, evil views, one-sided views and clinging to the heterodox views, many doctrines, viewpoints and policies have arisen in this life. We can die to protect our doctrines and policies but never accept defeat or being driven back by opponents. The whirlpool of biased views drowns all policies and doctrines in life if those policies and doctrines are not consistent with the True Dharma. That True Dharma consists of the Right View, the Right Thought, the Right Speech, the Right Action, the Right Livelihood, the Right Effort, the Right Mindfulness and the Right Concentration.

**The Whirlpool of Ignorance:**

That is the swirling current without the wisdom of passionless purity, without the wisdom of enlightenment, without the wisdom of full understanding of The Four Noble Truths – This is the Suffering you need to know this is the Cause of Suffering you must terminate, this is the Cessation of Suffering you must realize and this is the Path leading to the Cessation of Suffering you must practice. Not practicing and not realizing The Four Noble Truths are the Whirlpool of Ignorance.

People have many kinds of ignorance according to the worldly point of views. Knowing hot pepper is spicy hot but people still eat to have their mouths burned. Knowing that ice-cream is cold but people still bite into it to have their teeth damaged and knowing overusing cellphones causes blurred vision but people cannot keep their eyes off the i-phones... Various strange ignorance exists but people do not have wisdom to eliminate them. That is the reason why ignorance drowns everything. The policy of social caste system of people – Ignorance. Slavery – Ignorance. Policy of the pretext – Ignorance. Because of this ignorance, people are submerged and drowned in the river current of births and deaths. Therefore, Buddha taught: Cut off five, get rid of five, practice five methods and overcome five methods. Only when a person achieves that goal, that person deserves the title of the person who crosses over the whirlpool. The five entities are: Greed, Anger, Drowsiness, Sleepiness, Restlessness and Doubt.

That is Buddhism – The spirit of education in the Pali Suttapitaka. It is a realistic spirit of education. The education of the equal importance of the seed and the fruit. The Buddhist spirit of education is to take the correct direction to build the right livelihood of people in the process of achieving three realms of good deeds: the virtuous body, the virtuous speech and the virtuous mind or the good beginning, the good middle and the good end.

First comes the education for people to be polite, with appropriate way of greetings, showing respect when in contact with others, conforming to the correct ranking. Education to show the responsibilities as children, parents, teachers, people in the community, country and society in order to behave appropriately.

People have to learn the Buddhist spirit of education. As a member of society, people have to do good deeds, benefiting others, showing love and mutual respect. Children have to show filial piety to parents, students have to show loyalty to teachers..., fully aware of their status, clearly knowing where they stand in the social ranking in order to behave conforming to the protocols and righteousness. As for practitioners, Buddha stated that when they abide by his teachings in their practice, they will be assured of reaching the other shore. That is the golden model presented in Buddhism - the Buddhist Way of Comprehensive Education.

# EDUCATION OF THE IMPERMANENCY OF LIFE IN DEATH FOR EVERYONE (THE GRANDMOTHER SUTRA)

Life and death of human beings in this world is something natural, certain, inevitable or unavoidable. Usually, it is the simple way of thinking and saying that there is life then there must be death. Appearance in life must be followed by disappearance from life. It seems that simple. However, in reality, it is not that simple. When human beings are born, they carry with them a chain of endless multi-fold causes and conditions like a series of rings connecting together. It is not simple for birth and it is also not simple for death. Many people are born, many people have passed away but nobody can give a clear definition of life and death. Is there anything people can exchange for life and death? When people love someone, they want that person to live. When people hate someone, they want that person to die. It is not that easy people cannot get what they want. It is not that easy to entrust deities or gods for judgments and decisions on people's lives and deaths. How about the spirit of Buddhist education in this context? Buddha

expounded in the Grandmother Sutra:
"Causal conditions in Savatthi.

The World-Honored One asked King Pasenadi of the country of Kosala who sat next to him: "Your Majesty, where do you come from at this moment of high noon?"

"The World-Honored One, my grandmother passed away at old age, the age of elders, reaching high longevity age of 120 years old." Having the honor of getting the question from The World-Honored One, King Pasenadi of the country of Kosala gave the candid, sincere, open-hearted answer that it is not easy for a person – his grandmother, an extraordinary case, living to the age of 120 years old. It does happen but is extremely rare. The longevity of the grandmother of King Pasenadi is one of those rare cases. From that rare incident, we think to ourselves that during her lifetime, the grandmother of the king had not only strictly followed the first precept of the Disciplinary Rules, no killing of sentient beings, but she had also protected the lives of all living beings. Due to the virtues of not only avoiding killing but also protecting life, the grandmother was blessed with longevity. This exemplifies the Buddhist education through the first precept of the Disciplinary Rules, no killing of sentient beings. This education brings security, comfort and happiness to human life. Healthy body. Few illnesses. At the same time, this education also builds a human life of peace and prosperity. That is a life without animosities, grudges, conflicts where blood vengeances take place with pressing requirement of bloodshed in return and strict demand of a life for a life. On the other hand, everyone treats each other as siblings in the same family. No killing, no telling others to kill. That is an education of peace without evil intention of shedding blood and crushing bones. A marvelous education superior to all viewpoints, moralities, protocols, policies and pretexts...

Killing animals to feed human beings is a corrupt and uncivilized concept. Western civilization that encourages protection of the environment, promoting vegetarian foods primarily aims at protecting health and reducing the killing. Animals are friendly to human beings, not being fearful and trying to stay away when people respect the lives of those animals. This is a world of connection of mutual causal conditions and co-existence for all to survive. As stated in the sutra text:

"The World-Honored One, I love and respect my grandmother very much. The World-Honored One, if I have to give away a valuable elephant so that my grandmother can avoid death, I will give it away so that my grandmother can avoid death. I will give away a valuable horse so that my grandmother can avoid death. The World-Honored One, if I have to give away a beautiful and prosperous village so that my grandmother can avoid death or if I have to give away a region in the country so that my grandmother can avoid death, I will give away that village or that region in the country so that my mother can avoid death.

- Your Majesty, all sentient beings have to die, end up in death, none can avoid death."

Death is a common process for all species, sentient beings, insentient beings, vegetation and minerals... either in visible form or in invisible form not seen by human eyes. All have to die. Even if King Pasenadi can give away something or everything, he has in order to pray for the longevity of his grandmother, he is still hopeless with his imaginary thinking. This education proves that human body is not stable and everlasting. However, most people do not think about the possibility that some day they will have to lie down most of the time because they cannot sit. They will lie down until their flesh and skin shrink away and until all the bones and tendons degenerate completely. Their shapes are deformed, no longer being their own selves. This education is a wakening call to people who have not been awaken, forcing them to observe and reflect on the flow of time that will destroy everything. People have to observe through experience that the birth, old age, illness and death are the essential law for all beings. None of them can escape this net. This awakening spirit of education helps people to realize the weakness of their own bodies, their lives, their family lineages and blood lines... in order to know how-to-do-good deeds to have good virtues, showing kindness, loving and helping others more. "One small piece given to a hungry person is worth a package when given to a well-fed person." Or "Like the piece of red silk covers the mirror stand, fellow citizens in the same country have to love one another." Or "Dear gourd, please love me, the squash. We are from different seeds but we are on the same trellis." If mankind knows how to apply this spirit of education of birth and death properly for each situation in each period of life, human life will certainly be highly valuable and useful. All of these are the results of the correct realization that today we might possess everything but tomorrow we might not possess anything. First, the body with five aggregates stops all activities, lying motionless. That body with five aggregates cannot hear, cannot see, cannot eat, cannot smell and cannot feel, unconscious and senseless. Then come money, houses, fame, authority and title, power... All belongings of the self will gradually become other people's possessions and the same pattern continues... From one generation to the next and it will go on from the without-beginning time to the without-the-end time... People who accept this spirit of education will live a life of "being content with few desires." They are generous in giving, alms donation, partaking and sharing... As a result, they get the benefit of having a relaxed mind, peaceful and undisturbed by the prosperity and decadence of the world, with the gain and loss of human beings. "Wise acceptance of the prosperity and decadence will bring no fear."

"Your Majesty, all sentient beings have to die, end up in death, not overcoming death."

"Your Majesty, that is true. All beings have to die. It is like all earthen wares and ceramic wares made by the potter. Whether before being well baked or after being well baked, they will break, end up broken, not able to avoid breaking. Human body is easily breakable, easily destroyed, easily ending up in death, not existing for a long time. Human beings can die at a very young age, at middle age or at old age when their aging bodies become very weak, just like pottery can break before being baked or after being well baked. Either not baked or well baked, all can break. This is the spirit of realistic education, the spirit of self-taught education. We have to know ourselves, experience the situations of other people to have a realization for ourselves. We should not stay idle and inattentive but have to make efforts to do good deeds, practice good virtues in order to have good seeds that produce good fruits. That really is the way that Buddhism, through the long history of many thousand years, has always offered lofty methods and marvelous means... allowing people to make the choice of what fits them most – conforming to the reason, conforming to the levels and backgrounds, conforming to the time... then apply most favorably to themselves. Favorably to their materialistic life, mental life and liberated spiritual life in order to fully form a perfect human being under the sun, to relieve the sufferings and to abate afflictions that are burning in people's lives – "The three realms without peace are like a burning shelter." The sutra text concludes with the verses:

*"All sentient beings will die*
*Livelihood will end with death*

*Karma will lead them*
*To receive good fruits of reward or bad fruits of retribution*
*Bad karma leads them down to hell*
*Good karma elevates them up to heaven*
*Therefore, people need to do good deeds*
*Accumulate for the next life*
*Accumulate merits and virtues for the next life*
*As their future base of support."*

I die. You die. People die... Everyone will die. Everyone appears equal in regard to death. However, within that apparent equality, there is an inequality profoundly hidden in the sub-consciousness. Some people are reborn in heaven and enjoy the blessed rewards, some are reborn as animals or hungry spirits. Thus, the seeds and the fruits of each person's karma are not equal- rebirth depends on karma.

*"All sentient beings*
 *Always with different thoughts in the minds*
*Create different karmas*
*That is the inherent nature*
*For all beings in the rounds of rebirths."*

All the thoughts of the minds of sentient beings are different. Karmas created are different. As a result, a new life follows after rebirth. The process of rounds of rebirths applies to all species. The result of that process is different for everyone. The difference in creation of the seeds results in different fruits – In thousands of different shapes and forms. Unlimited and indefinite.

Because of the differences in karmas, human beings have to be cautious:

*"Karma will lead people*
*To receive the fruit of good fruits of reward or bad fruits of retribution*

*Bad karma leads people down to hell*
*Good karma elevates people up to heaven*
*Therefore, people need to do good deeds*
*To accumulate merits and virtues for their next life."*

Only karma – the action will follow us, leading us to good rewards or bad retributions, to the rebirth in heaven or the fall down into hell. With that realization, people need to cultivate themselves in order to not creating bad karmas that bond us tightly. Just like the silkworm eating the mulberry leaves, weaving into the cocoon, then the cocoon wraps the silkworm up tightly and confines it. Merits and virtues earned by people are due to the acts of practice. The acts of practice themselves are the base of support, the residence of people's future lives. On the other hand:

"Your Majesty, greed is the thing in life that when it arises, it will cause disadvantages, sufferings and lack of peaceful life. Anger is the thing in life that when it arises, it will cause disadvantages, sufferings and lack of peaceful life. Ignorance is the thing in life that when it arises, it will cause disadvantages and lack of peaceful life." The three things Greed, Anger and Ignorance are basic hindrances. The three basic afflictions bond sentient beings tightly, making it difficult to get rid of. They lead sentient beings through all of the realms of births and deaths, from heaven to human world, then to hell, hungry spirit world and animal world, everywhere. As described in the following:

*"The three things Greed, Anger and Ignorance*
*Are in the evil minds of people*
*They leave harmful effects to the own self*
*They form the own self*
*Just like the bark and the core of the tree*
*That themselves produce the fruits on the tree."*

There is nothing strange, the bark and the core of the tree

produce fruits. It is the same principle that applies to human beings. Greed, Anger and Ignorance are the cause of disadvantages, sufferings and lack of peaceful life of the own selves of human beings, just like the rust corrodes the iron bar. I pray that people learn to practice this spirit of education: transformation of Greed, Anger and Ignorance into No-Greed, No-Anger and No-Ignorance. With that accomplishment, together people can advance to a vast horizon, the horizon of the education that awakens the own self, awakens oneself at this moment and at this place in order to enjoy the blissfulness in the dharma, in the True dharma, in the Disciplinary Rules of The Tathagata. The spirit of the comprehensive education is the spirit of taking the correct direction to build a good livelihood with right mindfulness and awakening in order to form the Buddha seed for today and tomorrow.

# EDUCATION THROUGH THE RESPECTFUL REQUEST FOR THE BENEFITS OF ALL SENTIENT BEINGS (THE RESPECTFUL REQUEST SUTRA)

"One time soon after his Enlightenment, The World-Honored One was at Uruvela, on the Naranjara river bank, at the base of the Ajapala Nigrodha tree.

Then during the time, The World-Honored One sat alone in meditation, the following thoughts arose."

The stream of thoughts currently exists, flowing inside each person, flowing continuously, incessantly, without interruption or obstruction. The stream of thoughts may be good, not good or neither good nor evil. That stream of thoughts can impact our lives. That stream of thoughts is impermanent, constantly altering and changing quickly every minute and second or even more quickly in every ksana, each shortest measure of time. That stream of thoughts exists with different characteristics in the ordinary people and in the Holy Masters. The stream of thoughts of ordinary people may be good or not good. On the other hand, the stream of thoughts of the Holy Masters can only be good, purely virtuous.

We stay focused, listening to the stream of thoughts of The World-Honored One: "This Dharma that I attained is very profound, difficult to realize, difficult to attain, tranquil and serene, noble, above reasoning, marvelous, can only fully understood by people with wisdom. On the other hand, those ordinary people who are fond of desire, rejoice in desire and delight in desire would certainly have difficulty in realizing the principle of relying on the characteristic nature of the dependent origination. It is extremely difficult to realize the principle of all mental formations being tranquil and serene, all the causes for things to arise being abandoned, desire being terminated, desire being discarded, desire being demolished, Nirvana. If I teach the dharma now but people do not understand, there will be little benefit to them, no benefit to the majority of them. During all six years of practice of asceticism, the Crown Prince Siddartha was influenced by the ideologies of the Brahmins and of the wandering practitioners of asceticism who tormented their bodies. However, all those ideologies do not have the capacity to lead people to enlightenment and liberation. Those ideologies were still mediocre, having limitations, being restrained by multiple defilements, still having the seeds of birth and death, not perfect, not reaching the goal of liberation. That was the reason why the Crown Prince Siddartha abandoned this method of practice. Abandoning the limited and constrained lines of thoughts that did not have the capacity of breaking the thick cover of ignorance that binds sentient beings in thousands lives of illusions and darkness. That same line of thoughts existing and flowing at the time was transformed into the decision to abandon the practice of asceticism with body torment that was not effective, without the potential and the internal power to break the strong-hold of ignorance, transforming it into wisdom; transforming birth and death into no-birth and no-death. Indeed, once the stream of thoughts was transformed, it was the clear indication that the practice had been a success. "Desire has been terminated, desire has been discarded, desire has been demolished, Nirvana." A difficult lesson. A spirit of education that is not easy to have. That difficulty and no-easiness requires absolute efforts from people. If people do not commit all their efforts to take the correct direction to build a good livelihood, by terminating the desire, abandoning desire, demolishing desire in order to attain Nirvana, it is difficult to get any achievements in the process of that practice in hundreds of thousands of lives. Why not any achievements? What can be achieved when desire still exists, desire not abandoned, adherence to desire not terminated, mental formations are not tranquil and serene yet, the causes for things to arise are not eliminated yet? Desire binds. Desire restrains. Desire drowns... Desire, Grasping, Existing, the three segments of the twelve links in the chain of the wheel of life are the reasons, the causes of the confinement of sentient beings in the cycle of ignorance of birth and death. Because when there is affection and desire, there will be holding on and keeping. Once there is keeping, the rebirth of the next life will follow. An image of the uninterrupted chain of links that leads to the result of the existence of the self, of the others, of many thousands of species in the Dharma-realms. The existence of me. The existence of you. The existence of people. The existence of other things. All of those existences, the endless list of existences, make it difficult to understand the teachings of The Tathagata. Buddha. The World-Honored One. It is because all the causes for things to arise, the desire, the self... all flow along the stream of birth and death cycles. On the other hand, the teachings of Buddha go the opposite direction of the stream of birth and death cycles. The two entities are not side by side, not in the same direction. Therefore, how can those two entities exist together, understand each other, in order to be on the same birth and death path. That results in the words of The World-Honored One:

*"My Dharma is difficult to realize*
*I wonder why I teach the Dharma now*
*Greed and angry impact people*
*Making it difficult for people to realize.*
*This Dharma goes against the stream*
*Marvelous and profound*
*With the fineness that make it difficult to realize.*
*Those who crave for desire*
*Are blinded by ignorance*
*Finding it difficult to realize this Dharma."*

With that thought and state of mind, The World-Honored One hesitated to teach the Dharma.

In accordance with the worldly view, very few people would like to do something when they see little chance to get good results. On the other hand, Buddhas would not do anything as the means to save sentient beings when there are no respectful requests and the causes, the reasons for the dependent origination for The Tathagata doing it. The Buddhas in three lives do not do anything without the right reason, without the respectful requests, without the justified cause for the expressions. Moreover, the Dharma attained by The World-Honored One is wonderful, marvelous, difficult for ordinary people to realize, to understand, to attain and to practice- those people who are impacted by greed, anger and ignorance. It is the Dharma going against the stream... It is certainly difficult to apply the spirit of the Dharma going against the stream to people going with the stream. It is extremely difficult for people who "crave for desire." Once people are strongly craving for desire, it would be extremely difficult for them to renounce the self, the belongings of the self while they psychologically want everything to be their belongings. Everything from big to small, from the good to the no-good, from the should-have to the should-not-have... Everything everywhere is perceived as the self, the belongings of the self. That perception, that sensitivity and that thought are indeed the hindrance for the way against the stream. It was extremely difficult to swim against the stream in Buddha's time, let alone swimming at the present time. Now that the time is very far from Buddha's time, we wonder how many people are able to swim, swimming against the stream back to the source, to brighten the tranquil and serene own-nature, noble and supernatural, in order to attack, breaking the strong-hold of ignorance of the birth and death cycles. With that thought and state of mind, Buddha decided to delay the start of the Dharma teaching to save sentient beings. The World-Honored One waited for the respectful requests from devas, human beings or any others. This is the common rules of all Buddhas in three lives, exactly the spirit of education of not doing anything without justified causes, not acting on self-imposed decisions.

Knowing Buddha's stream of thoughts, the deva Sahampati instantly reflected: "In reality, the world will be destroyed, the world will extinct, if Buddha, the Arhat, The Supreme and Perfect Enlightenment, has in mind the thoughts of putting on hold the causal condition of the Dharma teaching, stopping and not stepping forward on the path of saving sentient beings. Brahma-deva Sahampati, aware of The World-Honored One's thoughts and state of mind, became frightened and extremely worried, thinking to himself that it was impossible. Impossible to let The World-Honored One enter Nirvana. Instead, the respectful request should be offered to The World-Honored

One for stepping on the road to save sentient beings, teaching the Dharma, saving sentient beings drowned in the river stream of birth and death, immersed in the sea of sufferings, in the evil worldly life full of five afflictions. I should act promptly, should make the respectful request at this moment, should create the causal condition for The World-Honored One to set his feet on the road to save sentient beings, for the World-Honored One to teach the Dharma that human beings are waiting for, thirsty for the drops of nectar that refresh human beings and deities. Being the Brahma-deva with supernatural power, Sahampati, from heaven, appeared in front of The World-Honored One in a very short time of the lightning speed, as quick as the speed of a strong man flexing or extending his arms. Donned in ceremonial robe, looking straight at The World-Honored One, kneeling on the ground with his hands clasped in a respectful and solemn posture of a deva bowing to pay homage to The World-Honored One, deva Sahampati offered his respectful request. At this moment, we could see the body and mind of the Brahma-deva expressing the sincere and whole-hearted feelings while making the urgent and pressing request that Buddha teach the Dharma before it was too late. It was clear that the Brahma-deva had overflowing love and compassion for human beings, with the concerns that there would be no one to expound the Dharma to save sentient beings if Buddha entered Nirvana. For that reason, today we have to express gratitude to Sahampati because due to his request to Buddha, we now have the marvelous Dharma to listen to. The Dharma benefiting ourselves and others. The Dharma of enlightenment and liberation. The Dharma of crossing to the other shore. The Dharma reaching the highest wisdom of supreme and perfect enlightenment. The Dharma elevating human beings to the stage of attainment of Buddhahood, the highest unsurpassed stage of The World-Honored One.

"The World-Honored One, I respectfully request that you teach the Dharma. The Well-Departed, I respectfully request that you teach the Dharma because sentient beings who are slightly affected by the worldly defilements will be in danger if they do not have the chance to listen to your teachings of the True Dharma. On the other hand, if they have the chance to listen to the True Dharma teachings, they would fully comprehend your teachings in order to cultivate their own selves, leaving behind the worldly defilements, casting off illusions to attain Buddha-hood."

We should calmly reflect on and contemplate the words of the Brahma-deva: "The World-Honored One, I respectfully request that you teach the Dharma. The Well-Departed, I respectfully request that you teach the Dharma." The request sounded like the cries of human beings expressing sincere, almost desperate but full of firm trust and reverence. These heart-felt sentiments and thoughts represent the straightforward spirit of education, awakening people's minds that they need to take actions immediately without having second thoughts or hesitations before it is too late. If they do not take actions now, there will be no other chance. This awakening spirit of education is like a mountain of trillions of years old that now collapses, like the floor of the deep ocean that now dries up completely. All disappear, nothing left. That is the reason why we have to learn. Learning the lesson at the right time, at the right moment. Learning the lesson that does not happen a second time. We should educate ourselves with a natural lesson.

*"Open that immortal gate*
*For people to listen to the Dharma*
*Taught by the Undefiled Holy Master*
*Who has been truly enlightened*

*Like the one standing on the rock*
*At the top of the high mountains*
*Casting his eyes all around*
*Looking down at people below*
*In the same way, The Well-Departed*
*Climbs up the palace of the True Dharma*
*Casting his eyes free of sorrows all around*
*Looking down at sentient beings below*
*Who are affected by sorrows and sufferings*
*Oppressed by birth and aging*
*Be a hero and stand up*
*As a victor in the battle field*
*As the leader of the group of travelers*
*As the one already casting off all the debts*
*The World-Honored One, please teach the Dharma*
*Among travelers all over the world*
*Some waiting for a chance to listen*
*Would completely understand the wonderful meaning."*

The words of the verse are extremely wonderful. They firmly confirm that the gate of no-birth and no-death is open for those whose eyes are open to see, whose ears are ready to hear, who then practice the Dharma in order to attain enlightenment. It is similar to the situation where The World-Honored One stepped up to the palace of the True Dharma, looking down at sentient beings who were affected by worries, sorrows, sufferings and afflictions, by the miseries of birth, old age, illness and death. The World-Honored One burst out the roaring sounds of the lion making all worries, sorrows, sufferings, afflictions, grieves, birth and death disappear. Once people look forward to hearing the roaring sounds, they certainly have good causal condition for the connection with the teachings of Buddha. Once people hear the teachings, they will completely understand the wonderful meaning, completely understand the teachings of

Buddha. Complete, unsurpassed attainment, Nirvana. The fundamental capacities of listening and understanding the Dharma are different among people because of their basic levels and backgrounds, the high, the middle and the low. However, all high, middle or low levels and backgrounds are equal in the possession of Buddha nature. However, whoever can break the thick cloud of fog of birth and death early, the Buddha nature will appear early. On the other hand, in people who are slower, the Buddha nature will appear later. The difference depends on the efforts, the right mindfulness and the practice or on the uncommitted, unfocussed and lazy attitude...

In response to the respectful request from Deva Sahampati, the World-Honored One looked at the world with his enlightened eyes: "There are classes of sentient beings impacted by the worldly defilements slightly or heavily, those with advanced or witless basic levels and backgrounds, those with favorable and unfavorable characters, those easy to teach and those difficult to teach, some who are aware of the danger of rebirth in other realms and the danger resulting from sinful actions."

The respectful request made to The World-Honored One arises from the love and compassion to give human beings joys and rescue them from sufferings. The respectful request was not just for the benefits of the Deva himself. Deva Sahampati was able to make that respectful request, an action that is very rarely found in the worldly life. Deva Sahampati was able to make that respectful request not for his personal benefits, not for fame or profits. That is a respectful request that deserves respect, worship and gratefulness forever. Deva Sahampati has created the supreme seeds, the seeds of liberation for all beings, the seeds of turning the Wheel of Dharma to everywhere, to bring the Dharma into worldly life. Until today more than 3,000 years from Buddha's time, the fragrance of Dharma still exists and those who practice in accordance with the Dharma and realize the Dharma still exist as well, all along the flow of the Dharma that has penetrated the minds of people just like the clear and cool stream of water flowing into the fields of rice seedlings and rice plants nourishing and greening the rice grain ears that heavily bend and spread the fragrance in the fields and gardens full of thick foliage. The respectful request is very rare, unique in this world. As mentioned in the above verse, the causal condition of the respectful request leads to The World-Honored One looking at the world with his enlightened eyes. This situation gives us a lesson, a spirit of education of the truth, exactly related to the fact that many classes of people are heavily impacted while others are slightly impacted by the worldly defilements. In this context, the word worldly defilements mean defilements of fame, defilements of craving, defilements of beauty, defilements of joy, defilements of anger, defilements of hate and defilements of desires... Or related to wise and smart people, slow and stupid people, intelligent people capable of learning to obtain profound knowledge, slow of mind and stupid people forgetting quickly what they learned and heavily obscured by witless basic level and backgrounds, lacking intelligence and wisdom. That is exactly the meaning of "all sentient beings always with different thoughts in their minds create different karmas. That is the inherent nature for all beings in the rounds of rebirths." All the thoughts in the minds of sentient beings are different. Karmas created are different. As a result, sentient beings are in the rounds of existences in different worlds. For that reason, at the present time, there are many levels of people in the society. The classification of advanced and witless levels, status, countenance, shape and form... All are different in their own ways. Different skin colors, white, other skin colors, yellow, black... People who are tall, short, of medium height, fat or thin. There are numerous differences as The World-Honored One compared to the images of lotus flowers in the pond, "green lotus, pink lotus or white lotus, being born in the water, growing up in the water, not emerging from the water surface, being nourished in the water. There are some green lotus flowers, pink lotus flowers or white lotus flowers born in the water, growing up in the water, emerging to the level of the water surface. There are some green lotus flowers, pink lotus flowers or white lotus flowers born in the water, growing up in the water, emerging above the water surface, not getting soaking wet by the water. In the same way, The World-Honored One, with his enlightened eyes looked around the world and saw classes of sentient beings impacted by the worldly defilements slightly or heavily, those with advanced or witless basic levels and backgrounds, those with favorable or unfavorable characters, those easy to teach or those difficult to teach, some who are aware of the danger of rebirth in other worlds and the danger resulting from sinful actions."

The above sutra words are repeated to call our attention to the fact that our own nature and other people's nature are almost identical. All are submerged in the miserable sea of birth and death cycles, sinking down to the bottom to the muddy floor of ignorance. However, we gradually emerge from the mud of ignorance and become virtuous human beings, practicing the Dharma of Human-Vehicle: taking refuge in the Three Gems, receiving and keeping the five Precepts, learning to donate and to make offerings, practicing to earn blessings. From that level, we advance to the practice of Deva-Vehicle: practicing the ten good virtues leading to the rebirth in heaven. Therefore, the capacity to excel, to move upward exists in each of us. The only difference is whether we are aware of that capacity and make all efforts to strive for the upward direction. Striving for the upward direction will lead to the escape from the muddy puddle of the birth and death cycles. Without the upward move, people will end up in a quiet sleep in the filthy mud. Similar to those kinds of lotuses, whether they are green, pink or white lotuses, born in the mud, growing up in the mud, but while growing up, they all will emerge from the mud, rising up above the water surface and showing their fragrance and beauty to the world. This is the culture and education of self-confidence. The education of moving upward. The education of renunciation. Renouncing the mud but not leaving the mud. The mud is the material to nourish the fragrant flowers. Without the filthy mud in the stagnant water, there will be no fragrant flowers with showy colors. The seed is the stinky mud but the fruit is the delightful fragrance and purity. In the same way, the seeds of human beings are with little impact from worldly defilements or with heavy impact from worldly defilements, way down in hell or rolling and flowing in the sea of birth and death. However, once people turn their minds from bad to good, the shore appears.

The World-Honored One concluded the sutra texts with the verse:
*"To those with ears to listen*
*The gate of longevity and immortality*
*Please come to listen and clearly understand*
*Liberated from the wrong beliefs*
*Listening to the beautiful and wonderful Dharma*
*For human beings and sentient beings*
*With gratitude to Brahma-Deva!"*

With kind words, dignified and solemn countenance and posture, The World-Honored One stood up like a victor in the battle field, then straightened his robe, with dignified and undisturbed gestures, slowly stepped forward to save beings, bringing peace and joy to many thousand species of sentient beings. Saving beings in accordance with their causal condition connections. Leaving when the causal conditions no longer exist. The World-Honored One set his feet on thousands of paths for the benefits of deities and human beings, from the cities to the countryside, from mountains to villages, from the streets to the fields. The trace of Buddha's footsteps appears everywhere, in spite of rain or shine and hardships, thanks to the blessings of The World-Honored One's boundless loving-kindness and supreme compassion.

# EDUCATION THROUGH THE ADVOIDANCE OF DISPARAGING OTHERS (THE DISPARAGEMENT SUTRA)

Why should we disparage others? With just a simple thought, it is something we should not do. The reason is that everyone has a life, the honor and relationships with others in the society. There are all kinds of relationships in our materialistic or spiritual life that make it impossible for us to separate ourselves from others. With those close relationships, there is no justification for disparaging others. Those who are Buddhists not only do not disparage others but also have to express more respect and courtesy to others. This is the practical spirit of education that helps human beings love each other, respect each other to build a peaceful and harmonious life among them.

Buddha taught:

"- Brahmin, what do you think? Do your friends, blood relatives and guests visit you?

- Honorable Master Gotama, once in a while my friends, blood relatives and guests did visit me.

- Brahmin, what do you think? Do you prepare the best solid and soft foods for them?

- Honorable Master Gotama, once in a while I do prepare the best solid and soft foods for them.

- Brahmin, however, if your guests do not accept those foods, whom do the foods belong to?

- Honorable Master Gotama, if they do not accept the foods, those foods will be ours. My wife will eat the foods. My children will eat. I will eat. Our family will eat together.

- Brahmin, in the same way, if you blaspheme me, The Tathagata, I do not respond by disparaging you, if you scold me, I do not respond by scolding you, if you start an argument with me, I do not respond by arguing with you, I do not accept those situations, the situations that you create, Brahmin, those situations will return to you. Brahmin, those situations will return to you, yourself. Brahmin, when someone responds by disparaging, scolding you in return of your scolding, your argument, it means that person already accepts, shares and partakes in those situations with you. On the other hand, I, The Tathagata, do not mutually accept and share those situations with you. Brahmin, all of your scolding and disparaging will come back to you."

The interaction among people by disparaging, scolding is not correct, is very evil and should not happen. If we behave in that manner, the first thing that happens is we lose our own dignity, our moral values are harmed, our honor is damaged, human feelings among people are seriously broken down. That is the reason why we should not disparage and scold anyone. All the disparagements and scolding, between individuals or among the people in the community, either in their absence or presence, all should not happen. When we utter the disparaging and scolding words to others, at first, in our state of mind, in our thoughts, the obscene words, angry thoughts, impolite words or humiliating thoughts of others already arise in our minds then transform into obscene words, angry thoughts, impolite words or the thoughts of humiliating others. However, before those disparaging and scolding words are uttered to others, the speakers already have harbored those disparaging and scolding words in their minds. When people want to disparage and scold others to make others look bad as they wish, in reality, they already hold in their own minds plenty of bad thoughts, bad words, disparaging and scolding words. Our ancestors taught us: "Holding blood in the mouth to spit at others, our mouths are already unclean." That is exactly the case. Because of harmful and bad consequences to the people who disparage and scold others, The Word-Honored One has taught us in the Dharmapada Sutra: "He scolds me, beats me. He curses me, calls bad curses on me. Whoever holds on that grudge will keep it all his life." Keeping it for his life, he will keep on creating karmas of disparagement and scolding that will go on continuously from one life to another. It will be best for us to do the following:

*"I do not disparage*
*I do not scold*
*I do not talk bad*
*I do not hold grudge*
*I pledge to let go*
*I do not hold on*
*I pray for*
*Myself to be born as a human being*
*I serve all*
*I respect all*
*I worship Buddha*
*I worship Dharma*
*I worship Sangha*

*I pledge that I do not disparage*
*I pledge that I do not scold*
*Loving equally*
*All species of sentient beings*
*Together we reach the other shore*
*We cross to the other shore."*

This is exactly the way of the best education leading to forming the best qualities of a human being that Buddhism always promotes in order to build the most beautiful ideology of life, consistent with human values.

The idea in the context of the Disparagement Sutra that needs our attention is the spirit of education that when we do not accept the action of giving or the objects given to us, then all will be returned to the giver. When we give something bad to others who do not accept it, then the bad thing will be ours. Once the bad things are returned to us, it is really unfortunate for us. We might have accidents, sufferings, unlucky incidents or many other undesirable happenings in our present or future lives. It will be better if we offer others the good, the virtuous, the moral, the loving and the affectionate. If others do not accept what we give, the offers will come back to us. Those offers will not be the cause of any harm or loss to us. The good still remains good:

*"We should give people*
*The good, the things that are worth giving*
*Things that people like*
*Things that bring peace, joy and benefits*
*For both the givers and others*
*In this life and next life*
*Both lives get the benefits*
*Tranquility without worldly defilements*
*All converge on The Right Path*
*Peaceful mind pervades pure fragrance."*

That is exactly the way. Educate people to cultivate people to become Holy Masters. Educate people to become The True, The Good and the Beautiful in order to embellish life. Once life is embellished, meaning when the environments and conditions resulting from Karma of past life and the persons resulting from Karma of past life are dignified, the country where people live is the land of kindness and goodness, the land of peace. The land of only love and respect to build a life of sublimation and unaffected state.

Then The World-Honored One continued to teach Brahmin Akkosaka Bharadvaja with the following verse:
"Dealing with someone who does not get angry
Where can anger come from?
Dealing with someone who does not disparage others
Where can disparagement come from?
Living with self-control, right livelihood
Achieving liberation thanks to right knowledge
Someone living that way
Will have a tranquil and serene life."

Why should we not reflect on those teachings of Buddha, not fully deeply and delicately contemplate? Fully understand from the opening text, then the middle text and the final text. All three segments of the text are good. In order to realize the good, the spirit of comprehensive education indicated in the verse, the issue is if human beings do not have anger material hidden in their minds, where can anger come from? Anger does not exist outside of us. Anger exists inside of us, latently hidden within us. In the same way, disparagement exists inside us, not outside us. Therefore, human beings should make efforts to control themselves in order to build a life of virtuous deeds, a life with right knowledge, liberated from defilements and afflictions in order to advance to a tranquil and serene life. The verse that Buddha taught us includes two characteristics.

The characteristic of anger, disparagement and the characteristic of right livelihood, right knowledge, tranquil and serene quality. All exist inside human beings. Therefore, if human beings cultivate themselves, practice the upward way, they will be able to terminate, destroy the characteristics of anger and disparagement. Once the characteristics of anger and disparagement are terminated and destroyed, the other characteristics will arise and transform into right knowledge, tranquil and serene. Human beings have to thoroughly learn from these two characteristics of this comprehensive education. The characteristics of this comprehensive education are actually:

"*Living with self-control, right livelihood*
*Getting liberated thanks to the right knowledge*
*Someone living that way*
*Will have a tranquil and serene life.*"

Following are the teachings of Buddha to the other class of human beings:

"*Those being disparaged*
*Disparage others in return*
*Will create evil to themselves*
*While also bring evil to others*
*Those being disparaged*
*Do not disparage others in return*
*Will be the victors*
*Victory for themselves and others*
*Those people earn the benefits*
*For themselves and others*
*And the people who disparage others*
*Learn it themselves and gradually calm down*
*The Healing Master with dual tasks*
*Of healing himself and healing others*
*People think it is unwise*
*Because they do not understand the True Dharma.*"

It is extremely difficult for people who do not restrain or reduce anger and disparagement when others disparage or get angry with them. Others disparage or get angry with us but we do not disparage or get angry with them in return. This attitude requires a high level of the moral quality of patience and calmness. For that reason, that person is considered someone who understands the True Dharma. Someone who studies the True Dharma. Someone who practices the True Dharma. This is how Buddha established The Way of Comprehensive Education within the True Dharma of the World-Honored One.

# EDUCATION OF PLOWING THE FIELDS IN THE HOLY LAWS (THE PLOWING OF THE FIELDS SUTRA)

The image of the farmers plowing on the fields, in small pieces of land in the village in the country side when The World-Honored One and the Holy Masters, holding alms-bowls in their hands, walk in straight line solemnly, slowly, peacefully, in harmony with their footsteps, is a wonderful picture. It is a beautiful picture with the color of the yellow robe mingling with the green color of the rice plants, the yellow color of the ears of rice together with the bright color of the green grass and wild flowers on the poetic road. Walking with tranquil minds. Walking with peaceful and joyful minds without strong wish to get any food donation, let alone delicious or not delicious foods, full-fed or hungry. Showing no afflictions nor ill-temper upon returning at the end of the day when sitting in meditation if the stomach is empty. If cooked rice, baked foods, cooked yam or cassava are available, they will eat them. That is called eating the food by rolling the food into a ball in the hand. If the foods are not available, they will be in deep meditation with great mindfulness. That is called having the meal by feeling the joy of meditation and dharma. Both ways represent eating. One is the manner of consuming coarse foods; the other is the manner of consuming fine and marvelously spiritual foods. Therefore, every morning The World-Honored One and the Holy Masters start their alms-rounds at a specific time. They return whether they receive foods or not. Eating a lot of foods. Eating little foods. Full-fed or hungry. After the meals, they clean and put in order their alms-bowls, saving the set-aside cooked rice, and arrange the sitting cushions at the base of the trees in the woods to sit in meditation with serenity and joy. Blissful joy at the present moment.

"One time The World-Honored One was with the people of Magadha on the South Mountain in the Brahmin village of Ekanala. It was the time of sowing the rice seeds. Brahmin Kasi Bharadvaja had prepared 500 ploughshares to plow the fields for the rice season of that year.

The World-Honored One in the morning, putting on his robe, holding his alms-bowl, was on his way to the fields of Brahmin Kasi Bharadvaja. At that time, the Brahmin was distributing foods to 500 people plowing the fields. Arriving at the field, The World-Honored One stood at one side, solemnly and quietly."

*A true Religious Teacher*
*Quiet when walking, solemn when standing*
*That is one method of practice*
*For those who can accept and maintain the practice*
*Enjoying the tranquil and serene happiness today*
*Peace and joy for a long time in the future.*

At the time when Brahmin Kasi Bharadvaja was distributing foods for people plowing the fields, what did he say when he saw The World-Honored One? If the Brahmin was good-natured, committed to cultivate his mind, he should realize that it was a blessing of the causal condition for him to meet The World-Honored One. It was a rare occasion! Really rare. Happiness! It was really happiness. It was so evident that it did not need to be mentioned, did not need to be reflected on, did not need to have any hesitation. The Brahmin's mind was indeed that of common people who have not been transformed and saved, have not understood the True Dharma and not been ready to take off the outer covering garments of common worldly people. Perhaps, those were the people whose levels and backgrounds were like the lotus rootstocks still buried in the mud. Those people, in a short moment, after being taught by The World-Honored One, reached the level of the superior status- just like the lotus flowers blossoming fully in the air. It only needs time. Once the causal condition has ripened, the opportunity has come, common people will be transformed into Holy Masters in a short time, stupid people transformed into people with great knowledge. That is the spirit of education of the Plowing the Fields sutra. The spirit of direct education, straight forward so that people can see and hear, Hearing then Reflecting, Reflecting then Practicing. We will see that process at the end of the Plowing of the Fields sutra.

Seeing The World-Honored One quietly standing, the Brahmin said immediately: "Venerable Sramana, I plow and I sow the rice seeds. After plowing and sowing the rice seeds, I have the ears of rice that are stripped off the husks into the rice grains. I have the rice to eat." This is the logical reasoning, consistent with the spirit of the doctrine of cause and effect. Certainly, in this case, everyone can understand that anyone sowing the seeds will reap the fruits. Sowing good seeds, reaping good fruits. Having rice to eat is certain after plowing the fields and planting the rice seedlings. Thinking of themselves as logical people. Thinking of themselves as people who know how to get the work done, also feeling proud of themselves. This seems to be the common psychology of human beings. When someone accomplishes some tasks, they normally feel satisfied and tend to look down on others. In reality, everyone is able to do. Everyone is capable of knowing how to do. The difference is whether they do it or not. This depends on the personal character but everyone has to learn. Only when people try to learn that they know how to do the work well. On the other hand, if people do not take it seriously and are lazy, they cannot expect to achieve anything, whether the work is easy or difficult. The rule applies to the Brahmin. That is why he said: "I plow and I sow the rice seeds. After plowing and sowing the rice seeds, I have the ears of rice that are stripped off the husks into the rice grains. I have the rice to eat."

The Honored-One told the Brahmin: "I, The Tathagata, has also plowed the fields and sown the rice seeds. After the fields are plowed and the rice seeds are sown, the rice seeds spring up and grow into the rice plants and ears of rice that are stripped off the husks into the rice grains. The rice grains give cooked rice that I eat." This is a process of practice and attainment that is exemplified by the worldly image. Above are the descriptions of the normal activities with the images, sounds and equipment of common people that The World-Honored One used in the means and language of the True Dharma. In that way, the descriptions evoke the image of the teachings of Buddha very clear and having the absolute symbolic values.

"However, Venerable Master Gotama, you said that you plowed and harrowed, you sowed the rice seeds... but I did not see your ox-yoke, your plough, your ploughshare, your goad or your oxen pulling the ploughs. I wonder how you can plow.

*The World-Honored One, you said you were the farmer
I did not see you plow
Where is your ox-yoke? Your ox? Your plough?
Please give me a quick answer
So that you can prove
That you did plow."*

In response to the Brahmin's questions, The World-Honored One taught:
*"The faith is the seeds
Asceticism is the rain
Wisdom in my view
Is the plough and the ox-yoke
Shame for oneself and shame to others are the straight handle of the plough
The mind sense is the rope to tie
Right mindfulness in my view
Is the ploughshare and the goad."*

Only through these few lines of the verse, we can see a vast sky of the True Dharma, a vast sky of the comprehensive education. If someone has the seed of faith, the strong belief and the never-retreating faith in The Three Gems- in Buddha, in Dharma and in Sangha, this faith itself gives birth to many thousands of good merits and virtues. With those many good merits and virtues, people have plenty to eat, plenty to spend, plenty to keep and to give, because "people with virtues have more than they can eat." Faith is the healthy solid seeds, strong seeds, seeds with the capacity to grow quickly, giving good fruits. Good at all times, all places. Faith is the deciding factor of all accomplishments. People act only when there is faith. Only actions can create merits and virtues, leading to results. On the contrary, without faith, there will be no actions, there will be no results. In the journey of practice, people must have full faith in what they rely on with complete trust. With faith, people will have sufficient means, overflowing blessed virtues and blossoming belief. Today I study the teachings of Buddha and I have faith in Buddha. That faith helps me see and understand that Buddha possesses 32 distinguished marks and 80 beautiful traits with blessed dignified and solemn postures. Having three supernatural insights, six supernatural powers, ten titles are the supreme characteristics of The Tathagata. I believe that Buddha is The Enlightened One, the one standing out in the world. The victor in the battle field unsheathing the sword of wisdom to sweep away ignorance and defilements. I believe Buddha walks with the two feet of Blessedness and Wisdom because Buddha is the Teacher of deities in Heaven, The Kind Father of four forms of birth of sentient beings-birth from the womb, birth from the eggs, birth from moisture and birth by transformation- and because he spreads his loving-kindness and compassion to save those four forms of sentient beings. I have faith in Buddha; therefore, I take refuge in Buddha. I rely and lean on Buddha. My faith is clear and pure. A faith based on wisdom, proven by objective realities, by the teachings of Buddha that bring benefits, peace and joy to deities and human beings, for all. Following is an example of that faith: "Bhiksus, you come to see that there is a gem in the palm of my hand, the hand of The Tathagata, not to come to believe that there is a gem in my closed hand." The gem is clearly seen when the hand is open and the gem is placed on the palm of the hand. The sight is confirmed and clearly proven without any hesitation and pondering. It is different from the situation when the hand is closed and people are expected to believe that there is a gem in the palm of the hand. How can people believe without seeing. If people believe, this belief is the one that is imposed on people, a fanatic faith, not a serene faith. This kind of faith will lead us to the darkness of slavery. Therefore, the faith mentioned here is exactly the good seed for the plowing of the fields, sowing the seeds and planting the rice seedlings to have cooked rice. Sowing the seeds of blessedness, the good seeds, so that the blessedness trees produce flowers and fruits of blessedness with fragrance, deliciousness, freshness and sweetness for us to enjoy. This lesson is a living experience of the spiritual life. Living a serene life. Living a righteous life. Living a strong life. Living for a true faith. A faith being assured as holy and peaceful.

The World-Honored One continued plowing the fields with the supreme equipment and materials:

"*Asceticism is the rain*
*Wisdom in my view*
*Is the plough and the ox-yoke.*"

The tasks and responsibilities of the farmer plowing the fields include building an irrigation system and a dike to bring water into the fields so that the rice seedlings and the rice plants grow fresh and strong, blossoming into ears of rice heavily bending down, ripening for the good harvest. On the contrary, if the fields are dry and the soil is cracked, the rice seedlings and the rice plants will die, there will be no rice. The above description is the actual work of the farmers. On the other hand, in the way of the World-Honored One plowing the fields, the asceticism is the rain. The process of practice must include asceticism, diligence, being content with few desires, no showing off, having no greed and desires. The practice of The Holy Master Maha Kasyapa is a model of the practice of asceticism, the practitioner of strict asceticism having completely been freed from worldly defilements, wearing monastic robe made of hundred pieces of thrown-away cloth sewed together, sleeping in the cemetery. This is the virtue of the practice of respected and virtuous elders who eat vegetables in the woods, drink water from the spring and sleep at the base of the trees. The virtue of that practice has nourished the growth of the will of moving to the upward goal, serving as the refreshing rain for the holy serene minds. Asceticism is the way of life with no attachment to the materialistic world, not hoarding too many material properties. The more accumulation of material properties, the more attachments will follow. It is similar to having their feet being chained and shackled, how can people step forward. Without stepping forward, how can people arrive at the desired destinations? As taught in the teachings of Buddha, if the self does not exist, how can the belongings of the self? If there is the existence of the self and the belongings of the self, that existence is only the means of existence, not the goal of existence. Therefore, the practitioner should have the vision of the world through the eyes of the means, like the house being the means for dwelling, the car being the means for transportation, the bowl of the cooked rice being the means for eating, the shirt being the means for clothing. Therefore, The World-Honored One used the symbol of the rain watering the ascetic life for the advancement and liberation of the practitioners. This lively description of the practice is beyond thoughts and discussion. That is in the course of history of Buddha, the World-Honored One only carried with him three sets of garments for clothing, one alms-bowl, one water mesh-filter, one kit-bag of needles and threads in addition to a stick for gauging the depth of water while crossing the river, then sleeping at night at the base of the tree, in the haystack, in the vacant house...An Enlightened One living that way is at the highest level of the practice of asceticism. Anyone of us having a chance to take a pilgrimage trip to the land of Buddha in India will see the dusty red clay roads covered by pebbles and rocks... Exposed to the scorching sun and the steadily pouring rain, in the summer sunny days and the rainy winter nights, The World-Honored One and The Holy Masters never minded the hardship of the firm commitment to the path of saving sentient beings. With their heels worn out by pebbles and rocks, they were still on the road, rain or shine. With their bare heads, they braved the rain and the sun to be on the road. Living a full life of asceticism without ever taking a single tablet of medication Tylenol, Advil, Aspirin... People have to respect that wonderful asceticism. The rain of asceticism extinguishes all hardships and living conditions of privation. The only thing left is the existence of the freshness, the holy serenity, without any afflictions or ill-temper in the minds of the Holy Masters.

The ascetic life of The World-Honored One and the Holy Masters indeed requires the supreme wisdom, the wisdom of the Three Studies of the Passionless Purity principles- Discipline, Concentration and Wisdom. Only then, such an ascetic life can be easily accepted. With wisdom, people can realize that the body composed of five aggregates is impermanent, unstable with the maximum life span of 100 years, and will finally perish. With the wisdom of passionless purity, people can contemplate and realize that the Real Form of all things is the Nothingness, that the True Nature of all things is the Nature of The Void - The Void-nature. With that realization, people are not attached and clinging to the body composed of five aggregates. In regard to contemplating all things outside the body, people will realize that all things are always in the process of formation, stability, disintegration and nullification. The Holy Masters with that wisdom will have that realization and let go all things. Therefore, The World-Honored One taught:

"*Wisdom in my view*
*Is the plough and the ox-yoke.*"

The ox-yoke and the plough break up the furrows of birth and death. Only the ox-yoke and the plough of wisdom can have enough force to pull the plough on the straight line, meeting the standards and moving to the right direction. On the contrary, without wisdom the straight handle of the plough cannot stay steady to make the lines of furrows deep and straight. Otherwise, the lines of furrows will be winding and in disarray. Wisdom plays an extremely important role in the practice. Only with wisdom can people realize: "The Erroneous, the Correct, the True, the False, the Great, the Small, the Biased, the Perfect" in order to make the right choice. If the right choice is not made, the result is people will easily fall into the wrong view or the one-sided view. The practitioners have wisdom as the torch to light the way, as the string for marking on wood, as the bridles to pull the carriage. Therefore, Buddhism has Wisdom as the accomplishment, the Loving-Kindness and Compassion as the ideal of life. The practitioners cannot lack one of the two legs of Compassion and Wisdom.

> *The Tathagata said wisdom was the strength*
> *Leading people to the supreme goal*
> *Was the plough and the ox-yoke for the farmer*
> *Breaking up each furrow soaked with sweat.*
> *Straight and deep furrows of wisdom*
> *Guiding farmer to plow the field of brown soil*
> *When the harvest season came, the farmer had cooked rice*
> *Well-fed and happy for a long time.*

The World-Honored One continued to teach the Brahmin about the meaning and the true value of the True Dharma, not the superficial and rudimentary understanding in the realm of the worldly life.

> *"Shame for oneself and shame to others are the straight handle of the plough*
> *The mind sense is the rope to tie*
> *Right mindfulness in my view*

*Is the ploughshare and the goad*
*Bodily action is maintained*
*Verbal action is maintained*
*For all the foods*
*I eat in moderation*
*I pull up and throw away the wrong*
*Using the principle of the truth*
*Blissful joy in Nirvana*
*Is my liberation*
*Effort in my view*
*Is the capacity to carry the ox-yoke*
*Guiding me to advance gradually*
*To peace without sufferings*
*Going forward to the place of no sorrow*
*No return.*
*Therefore, plowing this field*
*Leads to the fruit of immortality*
*After the plowing, this plowing*
*I am saved from all sufferings."*

The world-Honored One has taught very clearly the method of plowing the fields in accordance with the Dharma. Only by that way of plowing the fields can people escape from sufferings, disasters, worries and sadness in their life. Otherwise, people will be restrained and submerged in the stream of whirlpool of birth and death. The qualities and materials necessary for the farmers plowing the fields in the True Dharma are: "Faith, asceticism, wisdom, shame for self and shame to others, the mind sense, right mindfulness, moral virtue and effort..." These are exactly the necessary and sufficient elements that serve as the latent strengths and motivation leading the practitioners to the attainment of the fruition of immortality.

# EDUCATION OF FILIAL PIETY TO PARENTS (THE CARE AND SUPPORT OF MOTHER SUTRA)

The spirit of education of the filial piety is a noble and practical virtuous deed. Without our father and mother, we do not exist and today we do not have an existence in this life with high power and title, honorable positions and wealth. Without the body, we cannot have the means to cultivate our mind and attain the stage of Holiness. This is indeed the way of upward education in order to help people making the best efforts to cultivate their good minds aiming at becoming the children with the piety to their forever beloved Mothers and Fathers. Let us listen to the teachings of Buddha:

"*Caring and supporting Father and Mother*
*Is the highest merits and virtues*"

Or:
"*The mind of filial piety is the mind of Buddha*
*The deed of filial piety is the deed of Buddha.*"

Our performing of the caring and supporting deed means we provide foods and drinks, clothing and headwear. When our parents need help, we have to show willingness, cheerfulness and respect while carrying out the tasks without any difficulty and formality. Expression of the loving care to parents even when we have to stay by their side day and night or visiting them. Only then can we achieve the highest merits and virtues strictly in compliance with the teachings of Buddha. We learn from that filial piety duty a practical lesson of becoming a well-behaved person. It means the showing of the spirit of filial piety through actions, words and thoughts in order to please our parents. Making parents happy, children are blessed. Making parents unhappy, children lose their blessedness and diminish their virtues, living in abject poverty. People without filial piety are those who are poverty-stricken, not respected in society, and therefore, they lose everything. Losing the love and respect from friends and the community. As a result, the filial piety is very important to the children. Filial piety is a beautiful flower, the green mountain range, the yellow rice field, the breath of warm feeling... that nourish the lives of the children with the sentimental flavor of our people. Therefore, how can people not having filial piety? People who are mature, thoughtful with some understanding will show a natural love and respect to their parents. It is as natural as the sunlight in the sky, the moon at night, the waves in the sea, the clouds over the mountain, the joy of the day, the living together of people. Filial piety has the comprehensive, worldwide educational characteristics for mankind. All human beings must have filial piety, regardless of where they live, in the East or the West, in the modern time or the ancient time. It has been that way from the old time to the present time. It is the same in the East and the West. In the teachings of Buddha, filial piety means: "Filial piety is the wealth. Filial piety is the sun at high noon, is like the clear and bright moonlighted night, the marvelously magnificiant mass of clouds weaving into a supernatural picture. Filial piety is a holy mind full of love and gratitude."

It is truly so; the mind of filial piety is the mind of all Buddhas. That mind is presented in the body of Buddha in his previous life in the form of a pious bird- the parrot which attentively and diligently nourished its blind, old and weak parents. The image of the Pious Bird is the image that taught us a lesson to become a well-behaved person. It is the duty of descendants to always love and respect their parents, remembering the gratitude towards the lines of their ancestors who have given birth to them and brought them up. That is indeed the national culture. The culture of remembering the source when drinking water. The culture of remembering the person who planted the tree when eating the fruit. The birds have their nests, human beings have their ancestors. That is the manifestation of the mind of Buddha. The deed of filial piety is for the children to expound the Dharma to save their own mothers, to carry the fathers' coffins on their shoulders to the cremation site. We wonder whether there have been any discussions about the mind of Buddha and the deed of Buddha when that lesson still resonates until the present time from many thousand years ago and has been absorbed into the folklore culture. People in the world take it as the living flavor to nurture the moral characteristics of filial piety.

The mind of Buddha is the mind of loving-kindness and compassion. The deed of Buddha is the deed of loving-kindness and compassion which is always manifested through the actions aiming at giving joy and saving from sufferings. We have read in the sutras and have listened to lessons preached by the Venerable Masters about giving joy to parents and saving parents from sufferings. We need to read the Care and Support of Mother sutra in Nikaya-Pali pitaka in order to know the mind of Buddha and the deed of Buddha.

"The causal condition began in Savatthi. Then, Brahmin Mataposaka approached The World-Honored One, expressed greeting words then sat down on one side and addressed The World-Honored One:

Venerable Master Gotama, I look for regular foods as commonly expected. After that, I feed my parents. Venerable Master Gotama, by doing that am I correctly fulfilling my responsibilities? With the state of mind of a pious child, knowing how to look for regular food in compliance with the expectation to offer to parents is a correct action, a respectful action, an action consistent with the concept of filial piety. In everyday life, everyone is able to do it. Everyone can visit one's parents in the mornings and evenings, caringly greet them and offering them precious foods. This is the spirit of filial piety that The World-Honored One advised and encouraged his disciples to comply. The symbol of the compliance to the teachings of Buddha is the nomination of Honorable Mahamoggallana as the Person of Great Filial Piety. The Great Filial Piety Mahamoggallana has offered a bowl of cooked rice to his mother who was in the world of the hungry demons. He has respectfully bowed with his head to the ground requesting The World-Honored One to clearly show him the way to rescue his mother during the Great Ceremony of Ullambana- The season of filial piety showing gratitude to parents in compliance with the Vietnamese Buddhist tradition. That tradition nowadays has become a great ceremony deeply rooted in the Vietnamese national culture. Before Honorable Master Sariputra entered Nirvana, he came to his mother's home to save her. He guided her to take his advice, expounded the Dharma to her, using all means to help her achieve attainment. As a result, Sariputra's mother attained the stage of Holiness that night before Honorable Master Sariputra entered Arhat Nirvana. That is the way the rank of Holy Masters did with gratitude to their parents, guiding their mothers to turn to the virtuous path in a short time, bringing out the good deed, doing good deeds and accumulating good virtues in order to attain liberation and enlightenment right away in this life without having to wait for a life in the far future. The way the Holy Masters returned the favors with gratitude to their parents proves that they have deeply appreciated the favors that their parents have given them as enormous as the vast sky and the immense sea. Therefore, any time they listened to the talk about filial piety from The World-Honored One, the Holy Masters have devotedly committed to returning the favors from their parents for giving birth to them and bringing them up. Because the Holy Masters realized by contemplation the hardship that their parents had endured while carrying them in the wombs and the pain while giving birth to them, then the breast feeding to make them grow and holding them in the arms to nurture them into maturity. Those are the reasons why the Holy Masters could not ignore the great debt of favors they owed their parents. The way of education of filial piety is the way of education of human beings because filial piety is a Moral Principle. The Moral Principle of a good human being. The Moral Principle that nurtures the blood line of the ancestors, passing on through generations to descendants. It is the true Moral Principle of humanism.

Following is the World-Honored One's response to the Brahmin's question:

"Dear Brahmin, you cared and supported your parents as you mentioned, you have fulfilled your responsibilities. Dear Brahmin, anyone who looks for regular foods in compliance with the common rule then feeds parents will earn plenty of merits and virtues.

As the World-Honored One complimented, those who are able to fulfill their responsibilities will earn plenty of merits and virtues. When we listen and understand to fulfill those responsibilities, a great causal condition for our lives arises. On the other hand, very few people do it. Very few people show the gratitude of filial piety.

> "Going away from home, leaving mother home alone
> Nobody there to straighten her pillow
> Nobody there to offer her a tray of tea"

Parents are fortunate if their children have them in their thoughts:
> "I pray and bow to Buddha and Brahma-Deva every night
> For my parents to live with me my whole life."

The World-Honored One taught in the verse:
> "Anyone who follows the common rule
> For the care and support of Mother and Father
> Indeed, due to those deeds of merits
> To Father and Mother
> The Holy Masters
> Praise that person in this life
> And after death, that person will be reborn
> As a deva enjoying peace and joy in heaven."

We clearly understand through this way of education that anyone devoted to the care and support of parents in compliance with the correct rule will be complimented and praised by the Holy Masters for the filial piety in this life then after death will be reborn as deva in heaven to enjoy blessedness and joy.

"After listening to those words, Brahmin Mataposaka respectfully addressed The World-Honored One: Venerable Master Gotama, how marvelous. Venerable Master Gotama, extremely marvelous. Venerable Master Gotama, you are like the person who lifts up what has fallen, exposes what has been hidden, shows the right direction to those who get lost or brings the bright light into the darkness so that people with eyes can see. In the same way, The World-Honored One has used many means for the presentation and explanation of the True Dharma. Now, with this clear understanding, I respectfully request my taking refuge in The World-Honored One, taking refuge in the Dharma and taking refuge in the Sangha. I hope you, The World-Honored One, take me as your disciple living at home. From this time on until my death, all my life, I devotedly take refuge in the Three Gems."

By reading this segment of the sutra text, we find that the Brahmin is a very nice person. The person showing filial piety to parents, not only looking for foods in compliance with the correct rule but also having a deep faith in Buddha, Dharma and Sangha that leads to his respectful request for taking refuge in the Three Gems and his commitment to keep the pledge for life. In this context, we can understand Buddha's method of education is to approve and certify all things that are true and to encourage people who act accordingly to that truth. On the other hand, Buddha did not force people to believe or take action. It was their own decisions to believe or take action. That is a realistic and objective way of education. The final part of the process is for people to have an assessment and make decision. Assessment and decision are the spirit of education of waking-up of self-suggestion. Understanding the issue to solve it objectively, transparently, diligently with quick-witted mind while in self-control of one's mind clearly within the concept of education.

The way of education of filial piety in Buddhism exists in plenty of different forms within each individual, in various environments and circumstances... Buddha kindly and considerately taught people of all levels and backgrounds. We think this spirit of education of Filial Piety- Care and Support of Mother is developed in the texts of Mahayana Sutras to open a broad view with personal experience for the fulfillment of the duty of children to parents at all times.

In the Ullambana-Filial Piety Sutra:

On the road together with the rank of his Holy Masters disciples to save sentient beings, Buddha found a pile of dried bones on the roadside and he immediately stepped forward, lowered his body on the ground and bowed three times, in the eyes of all his disciples. Quickly, Venerable Master Ananda respectfully addressed Buddha:

"Honorable Teacher, you are the Kind Father of all beings of the four forms of birth everywhere

All are highly respecting you

Why are you now bowing to the dried bones?"

In response to Ananda's question, Buddha explained that Ananda indeed did not have any understanding, a full and deep understanding of the accumulation of many causal conditions over multiple human lives, did not have any understanding of the cycles of birth and death piling up through many lives that could not be counted and remembered by the intellectuality of worldly people, with people being born then passing away, then from passing away to being reborn. Being the mother of a person in this life, becoming the child of that person in the next life. Being a human in this life, becoming an animal in the next life. That is the infinite cycles of birth and death. Buddha taught:

"The dried bones piled up over a very long time
Are the remains of many people
Perhaps the remains of our grandparents or our parents
Of ourselves or our off-springs
In the multiple cycles of birth and death
The remains of the six closest relatives in previous life are still here
I bow with respect to my ancestors

*With grieving remembrance of my own previous life."*

Remembering the child of my mother in my previous life. My mother held me in her arms! My mother carried me in her arms! My mother sang me a lullaby! My mother sang a lullaby to lull me to my sleep. To nurture her child into eating well, sleeping well, growing up fast, growing quickly into maturity to become a person with good contributions to society, not wasting the hard work of the mother caring for her child day and night. Buddha lowered his body to the ground and bowed to the pile of dried bones showing the respect for his ancestors, for his grandparents and parents of previous lives who had passed away leaving their remains as the pile of dried bones in disarray on the roadside, without any offering of incense, without proper maintenance, without anyone to worship, all in deserted and miserable ruin.

This spirit of education of filial piety is not only in regard to living people but also to all six closest relatives and ancestors going back to seven and nine previous lives and to parents of many lives in the past until today as well as parents in the infinite future. Returning the favors with gratitude to parents in the past because we had parents in the past. Returning the favors with gratitude to parents in the current life because our bodies exist today and our parents are living with us today. Returning the favors with gratitude to our parents in the future because our future parents will give birth to us in some day and month in the future. Therefore, throughout all three periods of time we have to be grateful to our parents for giving birth to us and we have to return that favor with gratitude to them. We cared and supported our mothers in the past. We are caring and supporting our mothers in the present time. And we will care and support our mothers in the future. Without our parents we are not born into this life, we cannot grow up physically and intellectually, having positions and titles of high power and fame in life. Therefore, the World-Honored One taught that the Care and Support of Mother sutra is the spirit of education of Filial Piety that we have to devotedly follow.

In order to show us the process of the formation of the body of a child, the World-Honored One has taught:
"Women experience many hardships
Carying the child in the womb for ten months before child-birth
In the first month the fetus is as fragile as the dew
That needs protection day and night against miscarriage
In the second month it is like the condensed milk
In the third month it is like a clot of blood
The body is taking shape in the fourth month
With the five parts of the body appearing clearly in the fifth month
In the sixth month all organs are formed
In the seventh month all bones of the vertebrate are formed
Together with all of the hair pores
Totaling up to the number of eighty four thousand
In the eighth month the viscera are all fully formed
In the nineth month the shape of the child is completely formed
Waiting for the birth time in the tenth month."

That is the formation of the body of a child. Anyone who does not appreciate the merits and virtues of the mother carrying a child in the womb should regret and express repentence, should remember not to ignore the filial piety duty to the mother in order to avoid committing a sin. The road leading to the three evil realms is not far away. It is currently open to welcome those who are recicaltrant, ignoring the filial piety duty to their mothers as described in the story-Retribution for the bad deed of causing sufferings to mother.

The favor of the mother for carrying the child in her womb. The favor of giving birth then bringing up the child until maturity. The favor of helping and arranging for the marriage of the child to give the child a happy and comfortable married life. All of these take a lot of time and work from the mother that deserve gratefulness. It is impossible to find the language in the world to fully express the gratitude to all of these grateful works. Reading the above text of the sutra is enough to teach us that is difficult to be born in a human body. If today we have an existence in a human body, it must be the result of the combination of our own blessedness and the grateful work of our parents. Therefore, children have to fulfill their filial piety duty to their parents.

Buddha taught us clearly about the care and support of mother in many sutras. Let us read about these teachings. The different aspects of spirit of education of filial piety are always clear and fresh in the mind of the children.

> The Contemplation of the Mind Sutra:
> *"In this life, the kind mother while pregnant*
> *Carries her child in her womb, enduring hardship in ten months*
> *Without any desires for five pleasures*
> *Eating the food at the right time for the child*
> *With worries and concerns while showing loving compassion day and night*
> *Enduring discomfort in walking, standing, lying and sitting*
> *At the time of delivery of the new-born*
> *Suffering the crucial pain like having the viscera cut by a knife or a sword*
> *Being half-conscious, unaware of the surrounding*
> *Suffering unbearable pain all over the body."*
>
> The Original Deeds Sutra:
> "The children benefit from the favor of virtuous deeds from their parents: the favor of giving birth to them, the favor of loving breast-feeding, the favors of bathing them, washing their clothes, nourishing and nurturing them into mature

adulthood, the favor of providing them everything they need, the favor of teaching them how to behave and live a good life. Parents always wish their children enjoying happiness and having no sufferings. Parents never neglect their children. Instead, parents always have loving thought about their children just like the shadow following the figure."

The Contemplation of the Mind Sutra:

"The favor of virtuous deeds from the the kind father is as enormous as the high mountain, the favor of vituous deeds from the kind mother is as large as the immense sea. Nothing is greater than the filial piety. Even a small offering as the care and support of the kind mother fulfills that duty. In this life, what is considered brightness and what is considered darkness? The kind mother still living is called the bright shinning sun at noon. The kind mother who has passed away is called the sun that has set. The kind mother still living is called the bright moon. The kind mother who has passed away is called the gloomy dark night."

> "People in the world consider the earth heavy
> The favor of good deeds from the kind mother is much heavier
> People consider Sumeru Mountain high
> The favor of good deeds from the kind mother is much higher
> People consider the whirlwind fast
> The time of a thought about the kind mother is much faster."

The Filial Piety Sutra:

"A child cares and supports parents, offering hundred kinds of nectar, using heavenly marvelous music to entertain parents, using precious beautiful clothes to brighten the parents' bodies, carying parents on shoulders to travel around four seas in the world, returning the favor with gratitude by lifetime caring and supporting parents; all of those have not qualified a child as fulfilling the filial piety duty. If parents do not worship

The Three Gems, the child must know how to guide parents to have deep faith and fully devoted to practice the teachings of Buddha. Only then can the child qualifies as fulfilling the filial piety duty."

The Pureland Dragon Book (The Pureland Sutra):
"Nourishing parents with nectar treat are called the worldly filial piety. Advising parents to practice the pure commandments is called the supra-mundane filial piety. With the worldly filial piety, parents only enjoy the blessedness in one life. That is not a great way to return the favor with gratitude to parents. The supra-mundane filial piety helps parents enjoy endless blessedness because parents will be reborn in the Pureland, enjoying the blessedness and longevity in endless cycles of life. Only that is called the great filial piety."

While directing the renewal of the pledge of Commandments for Bodhisattvas, Buddha taught: "About returning the favor with gratitude to parents, to the Sangha and to the Three Gems, filial piety is the way of the True Dharma. Filial Piety is called Discipline, also called Prohibitions."

Mentioning a few examples in the Sutras and Disciplines helps us realize the great graceful deeds of our parents that enable us sustain the filial piety mind, fulfilling our duties as children.

# EDUCATION TO BUDDHISTS OF THE INDESTRUCTIBLE FAITH IN THE THREE GEMS (THE MAHANAMA SUTRA)

Commonly, we understand a Buddhist Lay Practitioner as someone having a family life, living a life like others in the society. That is the life of a married man or woman with children having everything desirable within the reach of human beings such as homes, cars, foods, clothing, money and fame... not lacking any of those. However, if people only care about foods, clothing, money and fame, perhaps they have to slump their heads to the ground with their legs pointing upward to the sky. Why is it that way? It is because their heads are heavily stuffed with those 4 loads- foods, clothing, money and fame. Therefore, their heads slump down. The head is always thinking about money, fame and profits of materialistic nature, the life will become imbalanced, sunk in the lust for money, losing the nobility and wisdom of an individual with intellectuality, morality and formal cultural norms. Materialistic life is the life of common worldly people, going with the stream of birth and death cycle, only trying to accumulate things that will fulfill their wishes for wealth and high standard living, beautiful clothing, classy top hats and fine clothes, showily content in the ephemeral life, without any intention to learn and practice to earn good blessings, to accumulate merits and virtues for themselves in this life or in the future. This is the reason why Mahanama asked Buddha what makes a person a lay practitioner? When we hear that question, we instantly understand that a lay practitioner is a disciple of The World-Honored One, having a family life, having taken refuge in the Three Gems, following the vegetarian schedules and the recitation of Buddha's name, attending services of praying and paying homage to Buddha at the temple, participating in activities and services of the temple. In this context, upasaka is the Buddhist layman who stays close to the Dharma to support the Dharma; upasika is the Buddhist laywoman who stays close to the Dharma to support the Dharma. Indeed, a lay practitioner has a life in society but is more noble than a common person living in society who is not named a lay practitioner because that person is not a Buddha's disciple, not observing the vegetarian schedules, not committed to the practice of the meritorious actions, not doing the good deeds, not avoiding the bad deeds, not loving and caring for anyone, not doing things that benefit others... Therefore, that person is not called a lay practitioner. In order to understand more about the meaning of the word lay practitioner- Buddha's disciple living at home, Buddha taught in the Mahanama Sutra:

"One time, The World-Honored One lived among the Sakka people, in Kapilavatthu City, in the woods of arjun trees. Then, Mahanama of the Sakkya family approached The World-Honored One. After approaching The World-Honored One, Sakkya Mahanama sat down by the side of The World-Honored One and respectfully said:

- The World-Honored One, what makes a person a lay

practitioner? Let us listen to The World-Honored One's answers regarding each of the qualities of a lay practitioner. They consist of the spirit of education with different stages through time, the learning ability or different levels... The World-Honored One's teachings follow an order. First, the most fundamental quality of the lay practitioner is the duty, the responsibility:

"Dear Mahanama, whoever takes refuge in Buddha, in the Dharma and in the Sangha is qualified as a lay practitioner."

**The first quality is taking refuge in Buddha.** It is also the marvelous method of education which is to confirm that only someone who takes refuge in the Three Gems can be called Buddhist lay practitioner- Buddha's disciple. Anyone who has not taken refuge in the Three Gems cannot yet be called a Buddhist's disciple, cannot yet be called a Buddhist lay practitioner. We have to clearly and correctly understand without any confusion... because only people who take refuge in the Three Gems can understand what the Three Gems are when they pledge to accept and listen to the explanations from the Teacher of Disciplines: The Buddha Gem means the most precious Being in the world. It is because Buddha is the fully enlightened one. Enlightenment about the cycle of birth and death. Enlightenment about the bondage of ignorance. Enlightenment about the body of the five aggregates being the nothingness. Enlightenment about the impermanency of life and the selflessness. Enlightenment about all things being the products of causal conditions while the products of causal conditions are the nothingness by their nature. In general, enlightenment about all the things that sentient beings are having misconceptions about, being passionate and driven by greed, anger and the clinging to the self. Buddha is honored as the Teacher, the Father of beings of four forms of birth- birth from the womb, birth from the eggs, birth from moisture and birth by transformation, the Teacher of all sentient beings of the Dharma world in the three realms. Buddha is honored as The Unattached One, The Perfect Universal Enlightened, The Worthy of Worship, The One with Complete Universal Knowledge. Buddha is The Unaffected Tathagata. Those titles by themselves are sufficient to form the supreme honor and the supreme preciousness. We are not able to fully describe Buddha. It is because Buddha is The Enlightened One, is the Embodiment of Dharma, is the pure and tranquil Muni, is the entity not conditioned by cause and effect and being outside of the passion stream. That is why we cannot use the language of the entity conditioned by cause and effect and the impurity of the worldly life to define and describe Buddha. That is like using the entity conditioned by cause and effect- the relativity to discuss about the entity not conditioned by cause and effect- the absolute. It is similar to using the cycles of birth and death of the world to explain the no-birth, the immortality. This is extremely difficult to explain because it is not conforming to the practice and attainment of the Dharma. However, with a divine mind, a truthful mind, an indestructible faith, a spontaneous, natural and serene mind with naivety and simplicity without much discussion, scrutiny and analysis… when we look at a beautiful flower in the morning; that is Buddha. A peaceful and joyful mind of the one sitting at the base of the tree, looking at the falling withered leaf; that is Buddha. With a warm-hearted affection, giving a dumpling to a wandering hungry child in ragged clothes; that is Buddha… Buddha is around us. Any place that is peaceful, joyful and serene, Buddha is present. Therefore, as a common knowledge, taking refuge in Buddha means relying on Buddha, the enlightenment nature, the peace and joy, the serenity, the profound bliss. This is indeed the place of precious refuge for oneself, the secure place because at that place there is nothing but happiness, peace and joy and unaffected state.

**The second quality is taking refuge in the Dharma:** The Buddhist lay practitioner must rely on the Dharma. Only when people rely on the Dharma, they will learn the Dharma teachings. Learning Buddha's teachings, relying on the Dharma teachings. That means the lay practitioners do not do bad deeds, avoiding bad deeds, not thinking about bad deeds, not hearing about bad deeds, not seeing bad deeds. This means protecting the six sense organs while in contact with the six objects of the sense organs. When those six objects of the sense organs are of the bad nature, we have to stay away, not being close or in contact. The Dharma has the capacity to transform ignorance into wisdom, transforming the ordinary into the holy. Transforming the ignorance into the wisdom, the serene enlightenment. Because the Dharma is compared to the raft to cross the river. That raft carries people from the shore of ignorance across the river to reach the other shore of enlightenment. The own nature of the Dharma is completely and purely good, the rare and precious treasure. Whoever owns this rare and precious treasure and put it in good and proper use, in a correct way, will achieve this second gem of Dharma.

**The third quality is taking refuge in the Sangha:** The Buddhist lay practitioners must rely on the Sangha because the Sangha is the teachers who directly show Buddhists the path and guide them to that path which is the Dharma that Buddhists rely on for practice. Only with the presence of the Sangha that monasteries exist, that the places for practice and learning exist. The works of building temples and monasteries exist, providing the places for the practice and learning of the Bhiksus together, as they are the well-learned good Dharma friends, the attained teachers with high ability to practice to hand down their experiences to the Buddhist lay practitioners.

The Sangha is the well-learned and well-respected elders with high morality and virtues bringing benefits to all beings. Therefore, Buddhists must rely on the Sangha Gem. Sangha is composed of four or more persons who must live together in harmony and serenity. In the true sense, the Sangha nature is serene and pure. Bhiksus must adhere to the moral discipline, solemnly maintain the virtues of the moral discipline, practicing for themselves and helping others to practice, meaning both are practicing– self-benefiting while benefiting others, self-awakening while helping others to attain awakening. This is indeed the preciousness of the Sangha, being the disciples of all Buddhas. Therefore, each Gem of the Three Gems is working for the practice and attainment of all sentient beings, for the peace and joy and happiness of all species of sentient beings and insentient beings, without causing damages and miseries to all species while nurturing and supporting the lives of all of them. Generally speaking, it means the benefits for all sentient beings and insentient beings. In this context, Buddha, Dharma and Sangha are named the Three Gems. Therefore, as Buddha's disciples, Buddhists lay practitioners must take refuge in the Three Gems. Only then can they be called the noble lay practitioners.

**The fourth quality:**

- The World-Honored One, what makes a person a lay practitioner fully in compliance with the required Disciplines?

- "Dear Mahanama, a lay practitioner who avoids killing, avoids stealing things that are not offered, avoids committing sexual misconducts, avoids lying and avoids passion for fermented alcohol and distilled alcohol, then that person is qualified as the lay practitioner fully in compliance with the required precepts."

Buddha continued to teach that after taking refuge in the

Three Gems, Buddhist lay practitioners must move up another step to receive and observe the five prohibitions. These are indeed the five fundamental precepts serving as the foundation of all other precepts. These five precepts maintain and develop the spirit of practice and study in a clever and profound manner in order to help the Buddhist lay practitioners advance steadily and diligently on the path of practice. Without these five precepts, all other precepts do not have a foundation. Similar to the 10-story building, if the 5 lower stories are not solidly and durably built, the upper 5 stories do not have any support. Therefore, it is fundamental that the Buddhist lay practitioners must receive and maintain 5 precepts. Only after receiving and maintaining these 5 precepts, can people be called Buddhist lay practitioners. On the other hand, people cannot be called Buddhist lay practitioners if they do not receive the five precepts, because it is not in compliance with the conventional requirement. Only after taking refuge in the Three Gems, receiving and maintaining the 5 precepts can a person be called Buddhist lay practitioner. According to the clarification in the Lotus Sutra, the requirement is: "A person must be born from the Buddha's mouth, must come to existence by the transformation from the Dharma and must understand some of the Buddha's teachings to be called a Buddhist lay practitioner." People cannot say empty words without qualifications to falsely call themselves Buddhist lay practitioners. If they falsely called themselves Buddhist lay practitioners, they are lay people with trite and hollow names. On the other hand, Buddhist lay practitioners who learn and practice Buddha's teachings, maintaining precepts and following vegetarian schedules are indeed Buddhists, true lay practitioners belonging to one of the 7 orders of disciples of The World-Honored One. On the other hand, lay people with inflationary, trite and hollow names are lay practitioners of other religious faith who are not part of the order of Buddha's disciples. That is the path of comprehensive education. The education of the good-natured people. The education of people of high morality. The education of people moving upward to the truth, the good and the beautiful values to attain the holy stage of liberation. A Buddhist lay practitioner is the person with the ability to be the teacher of other people in the world, the model of practice, the exemplary teacher of other people in the world. Representing this spirit of practice of true virtue, the spirit of the lay practitioners doing the work of Bodhisattva Way is a respectable elder Vimalakirti, or a Queen Srimala... with the marvelously exalted personality of a lay practitioner who attained the Holy deeds of peace, joy and unaffected nature in these three-thousand worlds.

**The fifth quality:**

"The World-Honored One, what makes a person a lay practitioner with full and deep Faith?

In this meaning, the lay practitioner has faith, the belief in the enlightenment of the Tathagata: 'This is The World-Honored One, The Arhat... Buddha, The World-Honored One.' In this context, that person can be qualified as the lay practitioner with full and deep Faith."

Faith is the seed of all good merits and virtues which are the fruit. The Buddhist lay practitioners build their faith in a holy manner. The serene faith. The faith with wisdom. The objective faith based on the truth. The faith that is closely connected to one's own life conforming to the Buddha's teachings. Having an indestructible faith in the Three Gems, in the form and the nature of Disciplines that have been pledged, is a good energy to nuture the progress of the process of practice and attainment, gathering the desirable results for oneself. Once the faith becomes solid, unshakable and unaffected, it proves that the capacity of practice is rightly placed without any doubt or any question that causes distraction from the path of practice. The lay practitioner places full faith in who is Buddha. This is The Tathagata, this is The Arhat... with Perfect Wisdom and Blessedness. The Teacher of deities and human beings. The good father of four forms of birth of sentient beings. With those beliefs, the lay practitioner who goes on practicing will certainly attain the full fruition of the practice. Once it happens, the wish of practice is accomplished. Proving the faith is rightly placed, leading to the undisputable results. That lay practitioner indeed deserves the name of the lay practitioner with indestructible and never-retreating faith.

**The sixth quality:**

"The World-Honored One, what makes a person a lay practitioner with a mind fully interested in giving?

"In this meaning, the lay practitioner lives in the family, has the mind free from the defilements of stinginess and greed, finds it easy to give with the open hands, with the joy of no attachments, responds to the request for help, is fond of sharing and giving. In this context, this person can be qualified as the lay practitioner with a mind fully interested in giving."

As the Buddha's teachings in the sutra text, the lay practitioner living a family life but the mind is free from the defilements of stinginess and greed, meaning not clinging to the material riches to himself or herself without the loving-kindness of helping and giving to people in need. In need of food but having no food, in need of medicines but having no medicines, in need of money for spending but having no money for spending, in need of home to live in but having no home... A generous lay practitioner who easily gives away is someone who opens his or her hands, not close-fisted. This is the education for the concept of the loving-kindness, is the characteristic of humanity. One's own life is other people's lives; one's own happiness is other people's happiness; other people's peace and security are one's own peace and security. A lay practitioner is taught "the pleasure of no attachment, the pleasure of responding to the request for help, the pleasure of sharing the objects one gives away." The teaching in these sutra texts indicates the happiness of the generous lay practitioner with the open heart of giving, with the mind of no attachment and the mind of sharing... A living philosophy of the spirit of abandoning one's own interest for the good of others. That is the true meaning of being qualified as a lay practitioner.

**The seventh quality:**

"The World-Honored One, what makes a person a lay practitioner with sufficient wisdom?

"In this meaning, the lay practitioner has a sufficient wisdom, attaining the wisdom about the birth and death, the wisdom of the attained holy masters, leading to the truth, the ending of sufferings. In this context, that is the lay practitioner with sufficient wisdom."

In everyday practice, the lay practitioner has to contemplate and recognize the law of birth and death. It means the lay practitioner must have wisdom, clear understanding about the birth. Our existence today is due to many causal conditions in the past. Causal conditions in the past to give our lives at the present time. Therefore, our lives at the present time do not simply exist. The existence of our lives happens in successive periods of time. Existence in each of the actions. The lay practitioner must have wisdom to clearly recognize this fact. Without the wisdom of practice, we cannot have that recognition and if we do not have that recognition and if we do not recognize the birth, we certainly cannot recognize the death. As such, it is ignorance, the infinite cycle of birth and death. However, the important issue to highlight at this point is that the lay practitioner must have the wisdom of the attained holy master leading to the truth to end the sufferings. Otherwise, that person cannot be called the lay practitioner.

The World-Honored One has equipped the lay practitioners with their own profound and noble path of learning and practice that makes them deservingly qualified to be Buddha's disciples. In the process of practice and attainment, the lay practitioners can also achieve the stage of Holy Masters that also qualifies them for crossing to the other shore. Therefore, through this Mahanama sutra the World-Honored One has promoted the path of education with all the above qualities for the lay practitioners to have reassurance and self-confidence in order to be qualified as Buddha's disciples with 5 qualities:

Taking refuge in the Three Gems- Buddha, Dharma and Sangha.

Receiving and maintaining five precepts- no killing, no stealing, no sexual misconduct, no lying and no consumption of alcohol.

Having full, deep and indestructible faith.

Commitment to generous giving, donations.

Profound wisdom to fully understand the birth and death.

Any person with these 5 qualities deserves to be named the Lay Practitioner.

# EDUCATION OF SELF-DETERMINATION FOR THE COMMITMENT TO THE DHARMA AND ALL THE GOOD ACTIONS (BUDDHA SUTRA)

[Digha-Nikaya, Volume III, Page 144b]

This is the sutra expounded by The World-Honored One about his life– the past life of Buddha. Regardless of the location, the country, the circumstance, the environment Buddha lived in, he always lived in compliance with the Dharma, living for the benefits of all sentient beings of all species. Living for the benefits of guiding, encouraging everyone to attain enlightenment and liberation, everyone who commits to learn, to practice with devoted efforts to accumulate merits and virtues and having the understanding that human bodies are fragile with existence and non-existence. Life is impermanent with an unpredictable ending for everyone, without any exception for all entities, because anything with a form will perish. Therefore, The World-

Honored One has exposed all the good of his own self for all people to perceive or for those who do not perceive, with the goal of bringing benefits, peace, joy and happiness to deities and human beings and all.

In summary, through the Buddha sutra with 19 teaching segments, we will study each segment in a successive order in order to know the education of oneself which is very important. Anyone who can practice as Buddha has done will earn the supreme blessings of joy.

**The First Segment:**

"Bhiksus, in any previous life, in any existence, in any place of residence, I, The Tathagata, in my previous life, lived as a human being who was persistently and unwaveringly committed to the Dharma and all the good actions, good bodily actions, good verbal actions and good mental actions; carrying out the generous giving to others; keeping and maintaining the disciplines; keeping the rites of renewal of the pledges; showing respectful piety to mother; showing respectful piety to father; presenting offerings to Sramanas; presenting offerings to Brahmas; paying honor and respect to elders in the family and other elders."

**The Second Segment:**

"Bhiksus, in any previous life, in any existence, in any place of residence, I, The Tathagata, in my previous life, lived as a human being; living for the happiness of sentient beings; for the eradication of fears and horrors; setting up the protection; supporting and protecting in compliance with the Dharma; generous giving to attendants."

**The Third Segment:**

"Bhiksus, in any previous life, in any existence, in any place of residence, I, The Tathagata, in my previous life, lived as a human being, avoiding killing, restraining from killing, throwing away the sticks and the swords, recognizing the shame for oneself and the shame to others; showing loving-kindness; caring for the happiness of all sentient beings and all species of living beings."

### The Fourth Segment:

"... I, The Tathagata, in my previous life, lived as a human being who was a person giving people a variety of foods, hard foods or soft foods, a variety of good smelling mushrooms, different kinds of drinks and delicate foods."

### The Fifth Segment:

"I, The Tathagata, in my previous life, lived as a human being with four all-embracing virtues: giving, affectionate speech, conduct beneficial to others, co-operation with adaptation of oneself to others."

### The Sixth Segment:

The Tathagata, in his previous life, lived as a human being who was the person who said the words that were beneficial to sentient beings; the words conforming to the Dharma; giving explanation to all people; bringing happiness, peace and joy to all sentient beings; praising good deeds.

### The Seventh Segment:

The Tathagata, in his previous life, lived as a human being who diligently learned an occupation; learning all technical skills; learning correct manner and behaviors: "In what way can I learn quickly; in what way can I gather knowledge quickly; in what way can I achieve the goal quickly without many days of exhausting efforts."

### The Eighth Segment:

The Tathagata, in his previous life, lived as a human being

who bore no anger and hatred; completely feeling no sorrows; showing no irritation when getting much criticism; showing no rage; bearing no discontentment toward others; not losing calmness; showing no fits of anger; bearing no anger, hatred and sadness. On the contrary, He gave others covering cloths, soft clothing of cotton and woolen fabrics.

### The Ninth Segment:

The Tathagata, in his previous life, lived as a human being who gather close relatives and friends who have been separated for a long time, who have suffered for a long time, to help them get together again; mother with children; children with mother; father with children; children with father; among all siblings, among older siblings, among older and younger siblings; helping them live in harmony, living a joyful life.

### The Tenth Segment:

The Tathagata, in his previous life, lived as a human being who cherished the benefits of people; cherished their happiness; cherished their easy and confortable feelings; cherished their consolation: "In what way can I help them strengthen their faith; strengthen their disciplines; improve their interest in listening to the teachings; improve their commitment to giving; improve their understanding of the Dharma; improve their knowledge; enrich their wealth and accrue their rice harvest; adding more of their rice-fields and land; increase the number of their two-legged and four-legged domestic animals; have more wives and children; have more attendants and servants; have more acquaintances; have more friends; have more relatives."

### The Eleventh Segment:

The Tathagata, in his previous life, lived as a human being. He observed and clearly understood all people; knowing himself well; knowing others well; knowing the difference among people: "This person is worthy in this way; that person is worthy in that way." And He acted accordingly to the differences among them."

## The Twelfth Segment:

The Tathagata, in his previous life, lived as a human being. He did not do anything harmful to the species of sentient beings, either by hands, by stone, by sticks or by knives.

## The Thirteenth Segment:

The Tathagata, in the past, lived as a human being who did not have the habit of glancing at other people, did not glance at people off the corners of the eyes, did not cast a furtive glance at people; on the contrary, with a noble, open, straight and honest mind, He looked at people with loving-kindness and compassion.

## The Fourteenth Segment:

The Tathagata, in the past, lived as a human being who was the leader of people in all good deeds; the leader of people in good bodily actions, good verbal actions and good mental actions; distributing and giving to others; keeping and protecting the disciplines; attending the rites of nurture and renewal of the pledges; showing respectful piety to parents; showing respect and paying homage to Sramanas; showing respect to the elders in the family and showing respect to other good deeds.

## The Fifteenth Segment:

The Tathagata, in the past, lived as a human being who avoided lying, staying away from lying, committing to telling the truth; relied on the truth, the certainty, the reliability; did not break promises to anyone.

## The Sixteenth Segment:

The Tathagata, in the past, lived as a human being who avoided double-tongued talk; stayed away from double-tongued talk; did not repeat at other place something that was heard at one place to cause the division among people; did not tell people at this place something that was heard at other place to cause the division with people at another place. He lived in harmony with people, with the joy in harmony, with pleasure in harmony, with easiness and comfort in harmony and He spoke the words leading to harmony.

## The Seventeenth Segment:

The Tathagata, in the past, lived as a human being who avoided untruthful flattering talk; stayed away from untruthful flattering talk; only spoke at the right time; spoke the truthful words; spoke the meaningful words; spoke the words of the Dharma; spoke the words of the disciplines; spoke the words that are worthy to be kept; spoke the words at the right time that were not controversial, that were coherent, systematic and beneficial.

## The Eighteenth Segment:

The Tathagata, in the past, lived as a human being who avoided speaking the wicked words; only spoke the correct words that were sweet to the ears, charming and touching to the heart, elegant, pleasant and pleasing to many people. Those were the words spoken by The Tathagata.

## The Nineteenth Segment:

The Tathagata, in the past, lived as a human being who abandoned the incorrect livelihood; lived a correct way of life; staying away from the cheating by using the scale, the measurement; staying away from bribery, deception and fraud; not causing harm, death, containment, seizure, stealing and robbery.

Going through the above nineteen segments of the sutra, we realize Buddha's life is like a precious pearl, perfectly clear, perfectly pure, shinning, stainless without any impurity. It was the life of the Enlightened One, with the compassion for deities and human beings, for the peace and happiness of all.

The Tathagata has performed good actions based on the marvelous values of Loving-kindness and Compassion and Wisdom. The Tathagata has lived a life because of and for all beings. What is left for each of us is whether or not we deeply contemplate and take actions to follow the teachings of Buddha. All the teachings of Buddha are already extremely clear and truthful. Our wishes are each individual will put himself or herself on this path of education to improve his or her life to perfection and to further advance.

# EDUCATION ABOUT THE PROSPERITY OF A COUNTRY (THE HARMONY AND PROSPERITY SUTRA)

One time The World-Honored One resided in Rajagrha City at Grdhrakuta Peak. As the causal condition of King Ajatusatru wanting to take his army to attack the country of Vrji, therefore, the King ordered the royal high-ranking official Vassakara to come to pay homage to Buddha and to respectfully ask for advice on whether they would be successful in their plan to conquer the country of Vrji. The story goes that Buddha did not give the answers directly to the royal high-ranking official Vassakara, but gave the answers through his talk with the Venerable Master Ananda who was his confidential attendant standing by his side for services. Buddha called and talked to Ananda:

"Ananda, have you heard that the people of the country of Vrji frequently assembled in great numbers?" Ananda replied: "The Word-Honored, I did hear they did it."

**The First Principle of Prosperity:**

"Ananda, as long as the people of the country of Vjri frequently assembled in great numbers, they will expect prosperity, not the decline."

"Ananda, have you heard that the people of the country of Vjri frequently assembled in the spirit of unity and worked in the spirit of unity?" "The World-Honored One, I did hear they did it."

### The Second Principle of Prosperity:

"Ananda, as long as the people of the country of Vjri frequenly assembled in the spirit of unity, disassembled in the spirit of unity and worked in the spirit of unity, they will expect prosperity, not the decline."

"Ananda, have you heard that the people of the country of Vjri did not enact the laws that should not be enacted, did not abolish the laws that have already been enacted, living in conformity with the Vjri tradition as it has been enacted from the old time?" "The World-Honored One, I did hear they dit it."

### The Third Principle of Prosperity:

"Ananda, as long as the people of the country Vjri did not enact the laws that should not be enacted, did not abolish the laws that have already been enacted, they will expect prosperity, not the decline."

"Ananda, have you heard that the people of the country of Vjri honored, respected, paid homage, presented offerings to the the Elders of Vjri and obeyed their teachings?" "The World-Honored One, I did hear they did it."

### The Fourth Principle of Prosterity:

"Ananda, as long as the people of the country of Vjri honored, respected, paid homage, presented offerings to the

Elders of Vjri and obeyed their teachings, they will expect prosperity, not the decline."

"Ananda, have you heard that the people of the country of Vjri did not abduct Vjri women and young girls and did not force those women and young girls to live with them?" "The World-Honored One, I did hear they did not do it."

### The Fifth Principle of Prosperity:

"Ananda, as long as the people of the country of Vjri did not abduct Vjri women and young girls and did not force those women and young girls to live with them, they will expect prosperity, not the decline."

"Ananda, have you heard that the people of the country of Vjri honored, respected, paid homage, presented offerings to the shrines within and outside the cities, that they did not neglect the ceremonial offerings as have been done conforming to rules and regulations?" "The World-Honored One, I did hear they did it."

### The Sixth Principle of Prosperity:

"Ananda, as long as the people of the country of Vjri honored, respected, paid homage, presented offerings to the shrines within and outside the cities, they will expect prosperity, not the decline."

"Ananda, have you heard that the people of the country of Vjri, in conformity with the Dharma, provided the protection, the safety and the support for Arhats in Vjri, so that those Arhats who have not yet come will arrive and those Arhats who have already arrived may live in peace and joy?" "The World-Honored One, I did hear they did it."

### The Seventh Principle Prosperity:

"Ananda, as long as the people of the country of Vjri, in

conformity with the Dharma, provided the protection and the safety for Arhats, so that those Arhates who have not yet come will arrive and those Arhats who have already arrived may live in peace and joy, they will expect prosperity, not the decline."

After talking to Venerable Master Ananda, The World-Honored One told the royal high-ranking official Vassakara: "One time, I, The Tathagata, lived in Vesali at the Sarandada Shrine; I taught the people of the country Vjri these seven never-retreating principles. Dear Brahma, therefore, as long as these seven never-retreating principles were kept among the people of the country of Vjri or as long as the people of the country of Vjri were taught these seven never-retreating principles, they will expect prosperity, not the decline."

In connection with this incident, The World-Honored One has taught that Bhiksus also have seven never-retreating principles.

1. As long as Bhiksus assembled frequently and assembled in great they will expect prosperity, not the decline.

2. As long as Bhiksus assembled in the spirit of unity, disassembled in the spirit of unity, carried out the works of the Bhiksu Community in the spirit of unity, those Bhiksus will expect prosperity, not the decline.

3. As long as Bhiksus did not enact the laws that should not be enacted, did not abolish the laws that have been enacted, lived in conformity with the disciplines that have been enacted, those Bhiksus will expect prosperity, not the decline.

4. As long as Bhiksus honored, respected, paid homage, presented offerings to the Bhiksus Elders who were well-experienced, of old age and of long standing with high number of years of practice, being the Teachers of the Sangha, as well as obeyed the teachings of those teachers, those Bhiksus will

expect prosperity, not the decline.

5. As long as Bhiksus were not affected by desires that lead to a different way of life, those Bhisus will expect prosperity, not the decline.

6. As long as Bhiksus peacefully resided themselves in right mindfulness, attracted their fellow practitioners with good will who have not yet come will wish to arrive and those fellow practitioners with good will who have already arrived may live in peace and joy, those Bhisus will expect prosperity, not the decline.

7. As long as Bhiksus liked to live at the places that were restfully quiet, tranquil, not permanently attached to any location, not noisy, not affected and bothered by noise, the places for solitary meditation practice, those Bhiksus will expect prosperity, not the decline.

Above are the seven principles for prosperity of a community of Bhiksus.

Buddha continued to teach six principles for prosperity of Bhiksus.

1. Bhiksus in their interaction with their virtuous fellow practitioners, both in open or private places, always maintain their bodily actions in a gentle manner, those Bhiksus will exect prosperity, not the decline.

2. Bhiksus in their interaction with their virtuous fellow practitioners, both in open or private places, maintain their verbal actions in a gentle manner, maintain their mental actions in a gentle manner, those Bhiksus will expect prosperity, not the decline.

3. Bhiksus distribute foods and personal goods in a fair manner, share and enjoy with their virtuous fellow

practitioners all genuine righteous benefits including all the contents received in the alms-bowls, those Bhiksus will expect prosperity, not the decline.

4. Bhiksus live with their fellow practitioners in crowded or deserted places, receive and maintain the disciplines in compliance with the virtuous behaviors of Sramanas, the unbroken, undented, flawless, unblemished disciplines that lead to liberation, the disciplines that are praised by wise people and are not polluted by the erroneous goals, the disciplines that guide the meditation mind, those Bhiksus will expect prosperity, not the decline.

5. Bhiksus live with their fellow practitioners, receive and maintain the view in conformity with the virtuous Sramana deeds, the holy views leading to liberation, leading to the termination of sufferings for anyone who follow the practice, those Bhiksus will expect prosperity, not the decline.

6. Bhiksus, as long as these six never-retreating principles are maintained among Bhiksus and as long as Bhiksus are taught these six never-retreating principles, Bhiksus will expect prosperity, not the decline.

As a mean of saving beings, as the practical education for human beings, in order to develop the genuine value of human quality, The World-Honored One established the seven principles for prosperity of a country, the seven principles for prosperity of a community of Bhiksus and the six additional principles for prosperity in order to develop and strengthen the life of the Sangha for the purpose of progressing on the path of practice of the Dharma, fortifying the fortress of peace and joy in this human life. Human life is very complicated, troublesome, intertwined like a coil of tangled threads that is difficult to find the ends. If there are no principles or no patterns guiding people to the goal, it is extremely difficult for the satisfactory accomplishment of the goal. Therefore, the above seven principles or six principles for the prosperity of a community can apply to all eras, people of all levels at any place or time. This is the compass, the golden lesson for all classes of people of our generation today. In reality, the value of the life of human beings in all areas: morality, customs and protocols, kind and respectful human affection and relationship among people in the country... seems to be on the irreparable downhill path without the correct direction. Without exemplary guiding principles as the seven never-retreating principles and the six principles for prosperity that Buddha taught, it would be difficult to resist the whirlpool of troubled human life, causing the fall into the abyss and the deep chasm of the era.

# EDUCATION FOR SELF-CONTROL SPIRIT IN SERVING OTHERS WITHOUT GRUDGE (THE HARMONY AND PROSPERITY SUTRA Number 2)

[Majjhima Nikaya, Volume III, Page 325]

The path of Dharma is wide open for anyone who comes to see, seeing then believing and to practice after believing. Practice for the benefit to oneself, aiming for the achievement of many lofty goals. In some situation, The World-Honored One expounded the Dharma in some way as a means of education. In another situation, The World-Honored One expounded the Dharma in some other way. However, whichever way was used, The World-Honored One's goals were the same, to educate and guide people of all different backgrounds and levels to quickly return to their good nature to build the life of good relationship between themselves and other people, closely and affectionately connected in the concept of self-existence and improvement in the life of practice.

In the Harmony and Prosperity Sutra Number 2, we find out that The World-Honored One provided a comprehensive education for the qualities of human beings. That is to wake up oneself at this moment in order to realize the truth, seeing what is happening in people's mind, thought and perception for prevention and protection. Let us read the sutra text:

"... Then The World-Honored One, one morning, put on his monastic robe, holding the alms-bowl to go to Kosambi on his alms-giving round. After eating the food from the alms-giving round at Kosambi, on the way back, after putting away his robe and alms-bowl and arranging his sitting place, The World-Honored One stood up to expound the following sutra:

*"Among people loudly talking*
*Nobody thinks of oneself as an ignorant person,*
*Among the divided community of Sangha*
*Nobody thinks about the upward direction of practice."*

Through these four lines of the sutra verse, The World-Honored One taught: Living in this life, in the society, we talk and work carelessly without a goal. Talking without restraint. Talking too much; talking loosely; talking freely... without knowing whether our talks are true or false. Some people just talk about themselves, only paying attention to themselves without paying attention to others, thinking they are the only ones that are correct and others are incorrect. Perhaps, these people's minds are somewhat deviant, disoriented, as "no one among them thinks of oneself as ignorant." It is an illness of many people in society. How about the life of Bhiksus? "Among the divided community of Bhiksus, no one is thinking about the upward direction." The community of Bhiksus is divided, the nature of the Sangha is disintegrated and deteriorated without being noticed by any one in order to correct and reconcile to change the situation for the better. No one serves as an exemplary teacher to instruct and encourage

Bhiksus to go in the right direction to build their livelihood on the path of practice and attainment. No one thinks the upward direction path is noble and liberation oriented.

> *"The wise says that people without right mindfulness*
> *Are talking about everything of hundreds of stories*
> *Loose and free talk from the open mouth*
> *Who knows where they will be led to."*

Realizing the lack of right mindfulness in others, the wise thinks to himself: We have pity for people who talk about everything of hundreds of stories, people with loose and free talks any time they open their mouths. We have pity for them because we do not know where they will be led to. No restraint of their talks. Talking without careful thinking; speaking arrogantly, disrespectfully and impolitely... We do not know where the consequences of their talk will lead them to. To the miserable exile place, to the sufferings... separation and loneliness. Nobody dares to come close, no companionship, certainly having no close friends because nobody wants to come close to the evil tongue for the fear similar to the fear of being sprayed with the snake's venom.

> *"He scolds me and beats me!*
> *He harms me and robs me!*
> *Anyone who bears this grudge*
> *This grudge cannot subside."*

People without indulgence, forgiveness and not letting go the grudge will not easily forget even one single spoken word or a look. Pinning, binding and holding on to those words and looks for many days will turn them into the grudge. Buddha taught us to let go, not holding on. Only when we let go and do not hold on can our minds be peaceful, joyful, light and unaffected. If there is attachment and detainment by our narrow-mindedness "the grudge cannot subside." As such, we bear the grudge in this life and the next life, the unceasing grudge in both lives. It is like a chain binding up the grudge with which we have to live and die. People who have learned the teachings of Buddha will not hold on to the grudge. We pray that whoever practices the teachings of Buddha will not hold on to the grudge, on the contrary feeling easy, light-hearted and forgiving. This is the knowledge of the kind and wise.

> *"He scolds me, beats me!*
> *He harms me, robs me!*
> *Anyone who does not bear this grudge*
> *This grudge will subside by itself."*

We pray that whoever "does not hold the grudge" will be happy. Anyone holding the grudge only brings disaster to oneself. Because of the grudge people lose appetite, have poor sleep and suffer distress. However, psychologically, it is not easy for people to let go "the grudge", to eradicate "the grudge." That is why the grudge continues to go on endlessly from this life to the next life. However, The World-Honored One has taught us the method that is capable of putting away the grudge:

> *"Ending the grudge with the grudge*
> *The grudge will never be eradicated*
> *Ending the grudge with loving-kindness and compassion*
> *Is the law of thousands of years."*

Loving-kindness and compassion are the nectar capable of extinguishing the fire of grudge because the nature of loving-kindness and compassion is to offer joy and save beings from sufferings.

> *"Other people do not understand*
> *The destruction of each individual and object*
> *Whoever understands that fact*

*Does not need further discussion.
People who take the lead to kill
To rob cows, horses and properties
People who take other country by force
Still know how to stand united
Why you fail to stand united?
If you have kind and wise friends
Going together and dwelling with you in the Dharma
You have overcome all dangers
Living in a blissful mindfulness.
If you do not have kind and wise friends
You better act like a king leaving his country
Lonely like the elephant in the jungle
It is better to live alone
Than to befriend with ignorant people
Living alone without committing bad deeds
Is like the elephant living leisurely in the jungle."*

The World-Honored One taught that this is the path of education of self-control, unaffected by the surrounding environment, not being seduced and led away. Even when we have to live by ourselves, we accept the loneliness, not befriending evil people. It is because to befriend and being associated with people, we not only do not gather any benefits but also pile up the evil deeds, always staying close to the evils that bring no benefits to the practice. It is like the elephant living alone in the jungle, freely in the hilly and mountainous scenery, without sorrow and irritation, not bothered by the herd of young elephants that trample the young grass and stir up the drinkable water turning it turbid.

We need to build for ourselves a pure and content practice, learning to abandon the self. Learning to abandon the greed, to terminate the anger and to end the ignorance... so that we will not be caught and sunk into the realm of worldly dust. We need to learn how to float like the cloud, living a life free of bondage and afflictions. We need to learn how to be free like the sky, to be light like the evening breeze in the calm field ofthe village. The practitioners have to make efforts to preserve that mentality. Otherwise, they would be ungrateful to the Dharma teachings of The World-Honored One for our benefits through many generations. The teachings that were always flowing and always spreading the fragrance, spreading the flavors of liberation and enlightenment. The teachings that are always present at this place, in each individual, existing in all times and at all places. Existing in me, existing in you all, existing in everyone. The existence of the Dharma teachings is to educate, to guide human beings to advance toward the vastly open and boundless sky... The Dharma is for the father to be well fed and well clothed, for the mother to be wealthy and for everyone in the world to be peaceful and joyful. In The Disciplines Being the Teacher sutra, The World-Honored has taught: "Ananda, among all of you Bhiksus, if someone thinks that: 'The Teacher no longer exists. We no longer have the Teacher'. Ananda, this is the thought that you should not have. Ananda, the Dharma and the Disciplines that I, The Tathagata, have taught and expounded will serve as the Teacher of you all after I, The Tathagata, entered Nirvana." (Majjhima Nikaya, Volume III, page 154.) "Bhiksus, I, The Tathagata, now teach all of you that the entities conditioned by cause and effect are impermanent. You should make great efforts to practice the Dharma, without relaxing or becoming lazy while the time flies by quickly and the karma of religious practice has not been accomplished." (Digha Nikaya, Volume III, Page 156.)

Last, let us learn The No Grudge sutra:

"With no grudge, no attack, no hostility, no evil thought, people live together without grudge. On the other hand, with grudge, with attack, with hostility, with evil thought, people live together with grudge." (Digha Nikaya, Volume III, Page 267.)

The above teachings from Buddha gave us a profound and complete look of human life that is fragile and ephemeral, with no certainty. Therefore, we should offer each other our heartfelt affection and respect in order to live together in many thousands of human lives.